TUỆ SỸ
VỊ THẦY CỦA BỐN CHÚNG

The Most Venerable Thich Tue Sy
A Master of the Fourfold Sangha

TÂM THƯỜNG ĐỊNH
BẠCH XUÂN PHẺ
Biên soạn

TUỆ SỸ
VỊ THẦY CỦA BỐN CHÚNG
The Most Venerable Thich Tue Sy
A Master of the Fourfold Sangha

HƯƠNG TÍCH PHẬT VIỆT
Lotus Media, Inc.

TUỆ SỸ
VỊ THẦY CỦA BỐN CHÚNG
The Most Venerable Thich Tue Sy
A Master of the Fourfold Sangha
Biên soạn: Tâm Thường Định Bạch Xuân Phẻ
United Buddhist Publisher/Liên Phật Hội xuất bản, 2017
HTPV và Lotus Media xuất bản tại Hoa Kỳ, 2019
Cội Nguồn Tổ Việt Foundation tái bản tại Hoa Kỳ, 2020

Bìa và trình bày: Uyên Nguyên và Thiên Nhạn
Tranh: Đinh Trường Chinh

ISBN: 978-1-67812-798-5

Lời Nói Đầu

Nhân dịp sinh nhật của Thầy, chúng tôi mạo muội làm việc nho nhỏ này như một món quà từ phương xa để kính dâng một vị Thầy lớn của Phật giáo Việt Nam, người đang âm thầm hành đạo trong kiên trì và nhẫn nại với tấm lòng từ bi rộng lớn. Trí tuệ của Người là ngọn hải đăng của nhiều thế hệ, trong đó có chúng con.

Kính xin cảm ơn Thầy.

Tâm Thường Định
cẩn bút

Preface

On the occasion of Zen Master Thich Tue Sy's birthday, as his student and admirer, gathering some Thầy's works and translating them as a gift from afar to honor a great Vietnamese Buddhism master and scholar, who has silently practiced in perseverance, tolerance, and patience with such vast compassion and altruism. His wisdom is a guiding light for many generations, including ours.

Respectful yours

Phe Bach

Introduction

Flowing in Dr. Phe Xuan Bach's prose and poetry are notions of intentional mindfulness within ourselves and with others. The universality of Dr. Bach's conceptualization of compassionate, mindful, and peace-based leadership transcends time, nations, and contexts; it can move us toward completeness within ourselves and without with others.

A practicing Buddhist, Dr. Bach weaves the Dharma into both a concept and practice of leadership that transcends the common definitions of it in the West. Deeply he defines and practices "mindful leadership," which is "leading from the inside out." Becoming a mindful leader is nurtured through daily meditation, a practice that grounds us with stillness in which we hear the need for compassion.

Mindful leadership is existential in nature, both timely and timeless. Such is the core of leadership that is being always present in this moment that we share with others. That notion is at the heart of the outreach Phe does to educators throughout California, training them to bring mindfulness into classrooms. Doing so has verifiable mental and physical health benefits for educators and students, but the mindful approach to teaching and learning also creates contexts of compassion and peace.

As leaders, whether in the classroom or elsewhere, we embody what we would teach others - the practices of mindfulness. We become examples of mindful leaders who are compassionate, forgiving, and peaceful, embracing the beautiful complexities of ourselves and other human beings. In our moments together we seek harmony that springs from the wells of empathy and of suspending judgment about each other.

Leading ourselves and others through change, metaphorically, is the water in the river flowing around the rocks, always moving, always flowing. We learn to embrace change and let go of what we cannot control. As mindful leaders our daily practice helps us find a constancy in the milieu of change and a peace in helping others navigate what would seem to be troubling waters.

Flowing beneath and throughout Phe's poems and prose are soothing currents of letting go, of reassurance that mindfulness and compassion can nurture sustainable peace within ourselves and others. May Phe's writings give us pause for reflection and transformation.

W. Edward Bureau, *PhD*
Cochranville, Pennsylvania, May 2019

Giới Thiệu

Chảy theo dòng văn xuôi và nguồn thơ của tiến sĩ Bạch Xuân Phẻ là những khái niệm về chánh niệm có chủ ý trong tự thân ta và trong tha nhân. Phong cách Tiến Sĩ Bạch diễn đạt khái niệm về một nền lãnh đạo từ bi, chánh niệm và an lành mang tính hoàn cầu và vượt thoát mọi giới hạn về thời gian, quốc gia và bối cảnh; nó đưa chúng ta đến sự toàn vẹn trong tự thân, cho mình và người khác, cũng như tha nhân đồng hành.

Vốn là người Phật tử thuần thành, tiến sĩ Bạch đan kết Pháp Phật vừa thành một khái niệm sống, một phương pháp lãnh đạo vượt trội những định nghĩa mà phương Tây đưa ra. Ông đưa ra một định nghĩa sâu sắc và thực hiện phương pháp lãnh đạo trong chánh niệm theo kiểu "từ trong ra ngoài". Tinh thần lãnh đạo có chánh niệm chỉ có thể được nuôi dưỡng qua thiền định mỗi ngày; phương cách này cung cấp nền tảng cho định, qua đó chúng ta nghe ngóng được nhu cầu cần phải có lòng từ bi.

Phương cách lãnh đạo có chánh niệm hiện hữu ngay trong thiên nhiên, vừa đúng lúc vừa vượt thoát được khái niệm thời gian. Đó là cốt lõi của phương pháp lãnh đạo luôn có mặt ở hiện tại và chia sẻ hiện tại với người khác. Khái niệm này chính là tâm huyết mà Phẻ trao truyền cho những nhà giáo dục khắp California trong những buổi huấn luyện việc đưa chánh niệm vào lớp học. Làm được như vậy rõ ràng là đem lại cho cả nhà giáo dục lẫn người học sức khoẻ về cả tinh thần lẫn thể chất, đồng thời phương pháp dạy và học trong chánh niệm cũng tạo bối cảnh cho tâm từ bi và an lành.

Với tư cách là người lãnh đạo, dù trong lớp học hay nơi nào khác, chúng ta thấm nhuần điều mình giảng dạy – đó là thực tập chánh niệm. Chúng ta nêu gương lãnh đạo chánh niệm bằng cách thể hiện các đức tính từ bi, rộng lòng tha thứ, an lành và sẵn sàng hoà mình vào những khúc mắc đẹp đẽ của chính chúng ta và của người khác. Khi bên nhau, chúng ta tìm sự hài hoà trong suối nguồn đồng cảm và ngăn chặn tâm phán xét đối với nhau.

Để mô tả việc dẫn dắt tự thân và tha nhân qua các thay đổi, chúng ta có thể dùng hình ảnh của nước sông trôi quanh đá, không ngừng chuyển động và không ngừng trôi. Chúng ta học cách ôm ấp sự thay đổi và buông bỏ những gì chúng ta đang làm chủ. Là những nhà lãnh đạo có chánh niệm, chúng ta có những thực tập hàng ngày giúp mình tìm được cân bằng, sự thường hằng ngay trong biến động và tìm được sự bình an để giúp người khác vượt thoát được những giòng nước có đục. Trôi chảy ở dưới và xuyên suốt những vần thơ áng văn của Phẻ là những giòng nước êm ái của sự buông bỏ, của niềm tin vững chắc rằng chánh niệm và lòng từ bi có thể nuôi dưỡng tâm an lành trường tồn trong tự thân và trong tha nhân. Mong rằng những tác phẩm của Phẻ sẽ giúp chúng ta biết dừng lại để suy gẫm và chuyển hoá.

Tiến sỹ W. Edward Bureau
Cochranville, PA. May 2019
(Doãn T. Kim Khánh dịch)

Lời Giới Thiệu

Trong ngày Đại hội của Gia đình Phật tử, anh Tâm Thường Định gặp tôi và có ý xin Lời giới thiệu về tác phẩm của anh: "TUỆ SỸ -Vị Thầy Của Bốn Chúng."

Tác phẩm này gồm có hai bài của Ôn Tuệ Sỹ. Bài thứ nhất có tựa đề "Tâm Thư Gởi Tăng Sinh Huế", nhưng người đọc sẽ thấy rõ ý của Ôn muốn nhắn gởi đến cả thế hệ Tăng Ni trẻ đang sống trong một hoàn cảnh đất nước: "Bị cắt đứt với mạch nguồn quá khứ, bị che chắn khuất tầm nhìn tương lai." Từ đó, Ôn tha thiết nhắn nhủ: "Cầu mong các con có đủ dũng mãnh để đi bằng đôi chân của mình, nhìn bằng đôi mắt của mình, tự xác định hướng đi cho chính mình."

Đọc nội dung bài này, độc giả sẽ có cảm giác như một tiếng chuông cảnh tỉnh đầy nhân hậu cho Tăng Ni sinh đang sống trên quê hương hôm nay. Như tiếng rống của sư tử làm đinh tai nhức óc loài dã thú và như lời *cáo tật thị chúng* để sách tấn những tâm hồn mê muội, ngập chìm trong biển khổ trầm luân.

Bài thứ hai có tựa đề "Suy Nghĩ Về Hướng Giáo Dục Đạo Phật

Cho Tuổi Trẻ." Bằng cái nhìn và nhận định về một thế hệ, Ôn đã đánh thức những tâm hồn của tuổi trẻ Việt Nam: "Tuổi trẻ Việt Nam đang bị bật rễ, do đó có nguy cơ mất hướng, hay thực sự đã mất hướng. Tuổi trẻ của Đạo Phật Việt Nam cũng không ngoại lệ, và không dễ dàng vượt qua tình trạng mất hướng này. Ở đây, tôi nói mất hướng là nhìn từ điểm đứng dân tộc." Ôn đưa ra tầm nhìn về phương thức học Phật, hay giáo dục toàn diện: "Tuổi trẻ học Phật không có mục đích trở thành nhà nghiên cứu Phật học, và học Phật là tự thực tập khả năng tư duy nhạy bén, linh hoạt để có thể nhìn thẳng vào bản chất sự sống... Học Phật khởi đi từ thực trạng đau khổ của nhân sinh để nhận thức đâu là hạnh phúc chân thật. Bi và Trí là đôi cánh chắc thật sẽ nâng đỡ tuổi trẻ bay liệng vào suốt không gian vô tận của đời sống." Ấy là tâm lý giáo dục của Đạo Phật mà Ôn đã định hướng cho tuổi trẻ Phật giáo hôm nay.

Bước qua phần hai là thơ của Ôn Tuệ Sỹ. Khi chúng ta đọc văn của Ôn viết là đã choáng ngợp bởi những ngôn từ chắc như vách đá, vững như tường đồng, nghe sang sảng dội vào tâm thức người đọc. Còn thơ thì sao? Đó là những cung bậc phiêu bổng, yêu kiều, cho một phương trời mộng. Mà ý thơ của Ôn, hàng ngàn năm trước chẳng có ai và hàng ngàn năm sau chẳng ai có. Độc giả thử ngâm lai rai, chậm rãi đôi lời:

"Còn yêu một thuở đi hoang,
Thu trong đáy mắt sao ngàn nửa khuya."

Vì yêu cái thú đi hoang, nên:

"Còn đây góc núi trơ vơ,
Nghìn năm ta mãi đứng chờ đỉnh cao."

Và cũng vì "độc hành kỳ đạo" trong thú đi hoang để đêm về ngủ nơi miếu cô hồn mà mộng chiêm bao:

"Bên đèo khuất miếu cô hồn
Lưng trời ảo ảnh chập chờn hoa đăng
Cây già bóng tối bờ lau
Ta ôm cỏ dại mơ màng chiêm bao."

Vì mơ màng chiêm bao, Ôn thấy giấc mộng đẹp, giấc mộng cho một quê hương dân tộc thái hòa:

"Chờ mưa tạnh ta trải trăng làm chiếu
Nghìn năm sau hoa trắng trổ trên đồi."

Và tiếp theo là những bài thơ của Ôn qua nhiều thập niên về trước như: Một Thoáng Chiêm Bao, Rừng Vạn Giã 1976, Tôi Vẫn Đợi - Sài Gòn 78, Quán Trọ Của Ngàn Sao, Trại Giam Phan Đăng Lưu - Sài Gòn 79 v.v... Tất cả những bài thơ này là trong tập thơ Giấc Mơ Trường Sơn.

Qua phần thứ ba là thơ của anh Tâm Thường Định: Đôi Mắt Thần Tiên, Thiên Nhãn - Kính Dâng Thầy Tuệ Sỹ, Mùa Xuân Nhớ Thầy Tuệ Sỹ, v.v... Và phần thứ tư cũng là cuối cùng của tác phẩm, đó là bài viết: "Mắt Biếc Trong Thơ Tuệ Sỹ" của Tâm Thường Định, muốn tìm cái nghĩa ẩn dụ của từ "Mắt Biếc" trong bài thơ "Một Thoáng Chiêm Bao".

Tất cả những bài văn cũng như thơ được anh Tâm Thường Định dịch sang Anh ngữ hay viết đều nhằm phổ biến đến giới trẻ cũng như người bản xứ những ý nghĩa lợi lạc. Từ đó, chúng ta thấy được tấm lòng phụng sự của anh, là một huynh trưởng Gia đình Phật tử Việt Nam, luôn ưu tư và tinh cần phụng hiến cho con đường giáo dục tuổi trẻ, đồng thời phát huy nền văn hóa Phật giáo.

"Vị Thầy của Bốn chúng" dưới một chủ đề lớn, đã đưa người đọc về một thực trạng đau buồn, xót xa, chệch hướng, bật rễ của thế hệ người hôm nay trên quê hương, cần phải chấn chỉnh trên con đường giáo dục toàn diện của Đạo Phật, mong rằng vực dậy được những gì đã đổ vỡ, xa cội nguồn, tổ tiên, nòi giống, trả lại cho một nền văn hóa Việt tộc giàu đẹp.

Cũng như lời và ý thơ của Ôn Tuệ Sỹ, anh Tâm Thường Định đã đưa người đọc về một thế hệ yêu thương ngập tràn từ, bi, hỷ, xả, nhưng đồng thời không thiếu ý thức khẳng khái, kiêu hùng đầy thơ mộng dưới khung trời yêu dấu của quê hương.

Và cuối cùng, anh Tâm Thường Định như góp nhặt hết tất cả những ngôn từ kính trọng đầy yêu thương để hiến dâng, cúng dường cho một bậc Thầy quý kính, mà tấm lòng của anh như dàn trải một cách rạt rào, đầy vẻ minh nhiên trong tác phẩm "Vị Thầy Của Bốn Chúng".

Dẫu có giới thiệu đến bao nhiêu đi nữa cũng không bằng tự mình cầm tác phẩm để đọc, chiêm nghiệm, thưởng thức những ý vị đậm đà, nên thơ, ân tình có đủ, như người uống nước nóng lạnh tự biết.

San Diego, ngày 26 tháng 3 năm 2017
Thích Nguyên Siêu

Tâm Thư
Gửi Tăng Sinh Huế

PL. 2547

Quảng hương Già lam

Ngày 28. 10. 2003

Các con thương quý,

Trong những ngày gần đây, những biến động tuy làm sửng sốt thế giới nhưng hầu như chỉ làm gợn sóng một ít nơi đây để giữ yên cho giấc ngủ đông miên tịch kéo dài qua hai thập kỷ của Phật giáo Việt nam.

Trong không khí được bao trùm bởi trạng thái ứ đọng của vũng nước ao tù, bị cắt đứt với mạch nguồn quá khứ, bị che chắn khuất tầm nhìn tương lai; trong không khí đó tâm tư ước nguyện của thế hệ non trẻ, của thế hệ tăng ni sinh mới lớn, như được bộc lộ trong những ngày vừa qua, từ Bình định cho đến Thừa Thiên - Huế, là dấu hiệu của nguồn mạch ngầm vẫn luân lưu bất tuyệt trong dòng lịch sử truyền thừa của Phật giáo Việt nam. So với khối lượng tăng ni sinh trong cả nước, các con chỉ là một nhóm nhỏ. Ít, nhưng đây là những hạt lúa chắc. Nhiều, nhưng chỉ là vỏ trấu, và là những hạt chưa được ủ mầm mà đã mục ruỗng bên trong.

Các con hãy tự hào, với niềm tự hào trong trắng và vô tư của tuổi trẻ, từ thời điểm cột mốc này, đã một lần và mãi mãi đứng thẳng trên đôi chân của chính mình, bằng đôi mắt trí tuệ và hùng lực mà nhìn thẳng không khiếp sợ vào quyền lực xấu ác của thế gian, tự xác định hướng đi cho bản thân để làm những việc cần làm cho chính mình và cho mọi người.

Thế hệ của thầy, những thanh niên đồng trang lứa được nuôi dưỡng để đưa vào chiến trường của cuộc chiến tranh ý thức hệ, được giáo dục để biết hận thù giai cấp. Nhưng may thay, giòng suối Từ vẫn âm thầm tuôn chảy, để xoa dịu những đau thương mất mát, để hàn gắn những đổ vỡ điêu tàn của dân tộc.

Các con lớn lên trong thời đại thanh bình, nhưng các con lại bị ném vào giữa một xã hội mất hướng. Quê hương và đạo pháp là những mỹ từ thân thương nhưng đã trở thành sáo rỗng. Các bậc cao tăng thạc đức, một thời đã đánh thức lương tâm nhân loại trước cuộc chiến hung tàn, đã giữ vững con thuyền đạo pháp trong lòng dân tộc, nay chỉ còn lại bóng mờ và quên lãng.

Thế hệ các con được giáo dục để quên đi quá khứ. Nhiều người trong các con không biết đến Giáo hội Phật giáo Việt nam Thống nhất là gì, đã làm gì và cống hiến những gì cho sự nghiệp văn hóa, giáo dục, hòa bình dân tộc, trong những giai đoạn hiểm nghèo của lịch sử dân tộc và đạo pháp của đất nước. Một quá khứ chỉ mới như ngày hôm qua mà di sản vẫn còn đó nhưng đã bị chối bỏ một cách vội vàng. Di sản được tích lũy ròng rã hàng thế kỷ, bằng tâm tư của qua bao khổ lụy đau thương, bằng máu và nước mắt của biết bao Tăng Ni, Phật tử, mà những người gầy dựng nên di sản đó bằng bi nguyện và hùng lực của mình, có vị bị bức tử bởi bạo quyền, có vị suốt năm tháng dài chịu tù đày, bị lăng nhục. Nhưng sống hay chết, vinh hay nhục, không làm dao động tâm tư của những ai biết sống và chết xứng đáng với phẩm cách của con người, không hổ thẹn với phẩm hạnh cao quý của bậc xuất gia.

Người xuất gia, khi cất bước ra đi là hướng đến phương trời cao rộng; tâm tính và hình hài không theo thế tục, không buông mình chiều theo mọi giá trị hư dối của thế gian, không cúi đầu khuất phục trước mọi cường quyền bạo lực. Một chút phù danh, một chút thế lợi, một chút an nhàn tự tại; đấy chỉ là những giá trị nhỏ bé, tầm thường và giả ngụy, mà ngay cả người đời nhiều kẻ còn vất bỏ không tiếc nuối để giữ tròn danh tiết. Chớ khoa trương bảo vệ Chánh pháp mà thực tế chỉ là ôm giữ chùa tháp làm chỗ ẩn núp cho Ma vương, là nơi tụ hội của cặn bã xã hội. Chớ hô hào truyền pháp giảng kinh mà thực chất là mượn lời Phật để xu nịnh vua quan, cầu xin một chút ân huệ dư thừa của thế tục, mua danh bán chức. Xưa kia, khi vua chúa bắt sư tăng cúi đầu nhận tước lộc của triều đình để làm tôi tớ cho vương hầu, chư Tổ đã sẵn sàng đặt đầu mình trước gươm bén, giữ vững khí tiết của người xuất gia, bước theo dấu chân vô úy, vô cầu của các bậc Thánh Đệ tử, được gói gọn trong thanh quy: "Sa môn bất kính vương giả".

Nhẫn nhịn đời nhưng không để cho quyền lực đen tối của đời sai sử. Tùy thuận thế gian, nhưng không tự đắm chìm trong dòng xoáy ô trược của thế gian. Các con hãy tự rèn luyện cho mình một tín tâm bất hoại; một đức tính dũng mãnh vô úy; nỗ lực tự huân tập trí tuệ bằng văn, tư, tu để nhìn rõ sự tướng chân ngụy, để thấy và biết rõ *mình đang ở đâu, đang đi về đâu; không nhắm mắt phóng càn theo cỗ xe lộng lẫy bên ngoài nhưng rệu rã bên trong, đang lao xuống dốc dài không định hướng.*

Mỗi thế hệ có vấn đề riêng của nó, do những biến thiên của xã hội chung quanh, do những biến cố dao động mang tính thời đại. Thế hệ của thầy thừa hưởng được nhiều từ Thầy Tổ, nhưng chưa hề báo đáp được ân đức giáo dưỡng cao dày trong muôn một. Chỉ mới tròn ba mươi tuổi đã phải khép lại cổng chùa, vác cuốc lên rừng, xuống biển, cũng mưu sinh lao nhọc như mọi người. Rồi lại vào tù, ra khám, lênh đênh theo vận nước thăng trầm. Sở học và sở tri cũng cùn mòn theo tuổi đời, năm tháng. Duy, chưa có điều gì thất tiết để điếm nhục tông môn, uổng công Sư trưởng tài bồi. Một chút niềm tin chưa hề thoái thất, chỉ mong cùng chia sẻ với thế hệ kế thừa. Một thế hệ đang trưởng thành để khởi tô ngọn đèn Chánh pháp giữa một đất nước thấm nhuần phong hóa.

Cầu mong các con có đủ dũng mãnh để đi bằng đôi chân của mình, nhìn bằng đôi mắt của mình, tự xác định hướng đi cho chính mình. Thầy sẽ là người bạn đồng hành với các con trên đoạn đường bóng xế của đời mình.

Thầy,
(ấn ký)
Tuệ Sỹ

The Letter
To Huế's Buddhist Students

PL. 2547

Quảng Hương (Già Lam) Temple

28. 10. 2003

My Dearest Students,

In recent times, the volatility that stunned the world has caused just a few ripples in the peacefulness that has spanned the past two decades of Vietnamese Buddhism.

This environment is covered by puddles of stagnant black water and is isolated from the source of life of the past. It has obstructed the sight and direction of the future. From the Binh Dinh province all the way to Thua Thien – Hue province, the minds, hearts, and wishes of the younger and new generation of monks and nuns (and laypersons) has recently been discovered. There are signs of the willpower and potential, which have sprouted throughout the history of the Vietnamese Buddhist lineage. Compared to the volume of monks and nuns in the country, we, my dear students, are just a small group. Nonetheless, this is the selective grain. Many, but only a husk and germ particles, that have not been incubated inside the hollow section.

My dear students, you should be proud of the carefree innocence of youth and the milestones of the moment. Once and for all, you must stand on your own feet, with wisdom in your eyes, compassion in your heart, and human courage. Do not fear, but look directly into the evil powers of the world and find a self-determined path for yourselves to do what is right and necessary for your own self and everyone.

In my generation, where young people were raised on the battlefields of war's ideology and class discrimination, hatred was learned. Fortunately, the creek of compassion still flows quietly to ease the trauma and to heal the broken, as well as the ruins of our nation.

Your generation grew up in an era of peace, but also in a society that has lost direction. Homeland and religion are fine words but have become beloved clichés. Many venerable merited masters who have an awakened conscience of humanity have maintained the direction of our Sangha. In the heart and minds of many individuals in our organization and country, this conscience now resides in the shadows and is forgotten.

Your generation has been educated with the intent to forget the past. Many of you do not know what the Vietnam Unified Buddhist Church is. What it has done, its dedication, and contributions to noble causes regarding culture, education, national peace in times of severe turmoil for our nation and the religious discrimination that occurred. That legacy is still there, but has been quickly rejected. Our heritage is uninterrupted and has accumulated over centuries via the pressing thoughts and actions along with many sorrows. The suffering of blood and tears of so many monks, nuns, and Buddhists laypersons are invaluable. These legacies were built with prayers, determination, and compassion. There were forcible suicide, self-immolation, long years of incarceration, harassment, and humiliation by tyrants. Dead or alive, honored or humiliated, there is no shame in the noble virtues of these religious persons—the Buddhist monks.

As Buddhist monks, we vowed to be the sons of Buddha. We chose to walk the path of enlightenment. Our hearts and minds, mentally and physically, are not like others. We do not pander frivolous values of the world, nor bow before any powerful authoritarian or violent government. A bit of fame, small benefits, and a bit of self-comfort - these are of little value. They are trivial and wear a false disguise, but many ordinary people seek them without any regrets in order to be loyalists. Do not be melodramatic in the name of protecting the Dharma. It might actually be that the temple is the shelter for Mara, where the gathering of social devil/scum takes place. Do not use the propaganda of sharing the Dharma. Using the Buddha's words before a fawning king and other political figures; begging for a little favor of worldly materials, or fame. Formerly when emperors began asking monks and nuns to bow in order to receive the title of imperial or be the servant for royals, the patriarchs were ready to put their heads before a sword (to die) in order to hold the integrity of the Buddhist monks. Monks who walked in the footsteps of fearlessness and selflessness of the disciple of the sages- Lord Buddha. It is encapsulated in the teaching that Bikkhuni means no submission and to be irreverent to royal subjects.

We practice patience and endure life, but do not let the dark false powers control our life. We act accordingly to the human society, but do not let ourselves sink in the polluted vortex of the worldly society. My dear students, you must have self-discipline and prepare yourself for a strong faith; a mighty fearless virtue; be diligent in practicing Listening-Thinking-Transforming to see and recognize clearly where we are! Where are we heading? Do not blindly follow any carriage, which is fancy or splendid on the outside while not polished inside and free falling downhill - without direction.

Each generation has its own problems, due to the variability of the surrounding environment in our society and the fluctuating nature of events in our era. My generation inherited much from ancestors and masters, and can't repay the deepest kindness and guidance in a short period. At 30 years old, I had to close the temple gate temporarily to work in the forest and the sea, through very hard labor, just to survive like everyone else. Then I was locked in jail; in and out of this dark place; up and down as the fate of our beloved country. My learning and knowledge also blunt with age and time. Yet I did nothing to humiliate our ancestors and masters, or be a waste of their care and love. I never lost hope in you and just want to share with you - our next generation. A generation that is growing up to explore the immenseness in a country that is embedded with cultured values.

May you have enough courage to walk the path with your own feet, looking at life with your own eyes and determine a direction for yourselves. I will be your companion on this path even as I am in the later stages of my life.

Tue Sy

Suy Nghĩ Về Hướng Giáo Dục
Đạo Phật Cho Tuổi Trẻ

Phật giáo Việt Nam đang chứng kiến những xáo trộn và khủng hoảng chưa từng có trong lịch sử. Các mô hình tổ chức, những lễ tiết sinh hoạt, từ ma chay, cưới hỏi các thứ, được cố gắng rập khuôn theo mô hình phương Tây một cách vội vã đã làm xói mòn phần nào truyền thống tâm linh của dân tộc. Thêm vào đó, dưới tác động của xã hội tiêu thụ và sức ép của quyền lực chính trị làm nảy sinh những tâm trạng bệnh hoạn do bởi quan điểm thế quyền và giáo quyền thiếu nền tảng giáo lý. Tình trạng đó tất nhiên đã có những tác động tiêu cực lên đường hướng giáo dục thanh niên Phật tử Việt Nam.

Ngày nay, nói đến tuổi trẻ Việt Nam, có lẽ nên hình dung như hai đường thẳng mà nơi hội tụ là một điểm trong xã hội tiêu thụ. Đó là hai bộ phận tuổi trẻ trong nước và ngoài nước. Tuy tất cả cùng được giáo dục theo mô hình giáo dục phương Tây, nhưng do khác biệt định chế xã hội dựa trên quyền lực chính trị chứ không phải do xu hướng phát triển tự nhiên. Đó là sự khác biệt, giả tạo như vũng sình, không biết đâu là chỗ chắc thật để bám vào mà thoát thân. Tuổi trẻ Việt Nam đang bị bật rễ, do đó có nguy cơ mất hướng, hay thực sự đã mất hướng. Tuổi trẻ của đạo Phật Việt Nam cũng không ngoại lệ, và không dễ dàng vượt qua tình trạng mất hướng này. Ở đây tôi nói mất hướng là nhìn từ điểm đứng dân tộc. Tuổi trẻ ở nước ngoài chỉ cần quên, hay tạm thời quên, nguồn gốc Việt Nam của mình, thì hướng đi cho nhân cách được xác định ngay từ khi vừa bước chân vào cổng Đại học. Nói cách khác, tuổi trẻ Việt Nam hải ngoại không phải hoàn toàn bị bật rễ, nhưng ở trong tình trạng di thực. Quýt phương Nam đem trồng trên đất phương Bắc, có thể ngọt hơn, có thể chua hơn, và cũng có thể èo uột vì không hợp phong thổ.

Tuổi trẻ trong nước là thân cây còn dính chặt với gốc rễ trên bản địa. Nhưng để sinh tồn, và muốn phát triển nhanh chóng, bị sức hút của sự thăng tiến tác động từ bên ngoài, nên có nguy cơ bật rễ. Đại bộ phận tuổi trẻ Việt Nam ngày nay biết rất ít về quá khứ ông cha mình, đã yêu nhau như thế nào, đã suy nghĩ như thế nào để bắt kịp những giá trị tâm linh phổ quát của nhân loại.

Tuổi trẻ của đạo Phật Việt Nam tuy có thể được tin tưởng là còn cố bám chặt lấy gốc rễ truyền thống để vươn lên, nhưng do sự thiếu trách nhiệm hoặc thiếu nhận thức về hướng đi thời đại của những người đang đứng trên cương vị giáo dục, vô tình chẳng khác nào bác sỹ không còn biết liệu pháp nào hay hơn là cho uống thuốc ngủ để người bịnh quên đi những nhức nhối của thời đại mà tuổi trẻ cần phải biết để chọn hướng đi tương lai cho đời mình.

Mặt khác, do sức ép chính trị mà tuổi trẻ cần phải được tập hợp thành lực lượng tiền phong và hậu bị để bảo vệ chế độ, do đó việc giảng giải đạo Phật cho tuổi trẻ không được phép vượt qua các cổng chùa. Bên trong cổng chùa, tuổi trẻ chỉ được giảng dạy những ý nghĩa vô thường hay vô ngã không như là quy luật vận động để tồn tại, phát triển và hủy diệt của thiên nhiên và xã hội, mà như là một bức tranh toàn xám của cuộc đời, được tô trét bởi những người mà tuổi đời đã mệt mỏi với những thành công và thất bại đã làm thui chột ý chí.

Trong một xã hội mà các giá trị tâm linh truyền thống đang bị băng hoại, một số thanh niên tác quái tại các đô thị lớn dựa vào quyền lực chính trị của cha chú, hay tiền của bất chính của bố mẹ; một số khác miệt mài học chỉ để làm thuê, làm những người nô lệ kiểu mới trung thành với những ông chủ giàu sụ. Một số khác, cam chịu thân phận nghèo đói, thất học, cam chịu tất cả nhục nhã của một dân tộc nghèo nàn lạc hậu. Trong tình trạng đó, sự hiện diện của các đoàn sinh GĐPT, những đơn vị tập hợp các thanh niên biết tìm lẽ sống cho bản thân, thật sự là một thách thức xã hội, mà quyền lực chính trị cảm thấy như một đe doạ nếu không vận dụng được để phục vụ cho tham vọng đen tối, mà vì tham vọng ấy có khi sẵn sàng mãi quốc cầu vinh. Như thế thì, tất nhiên là ảo tưởng khi nói rằng chúng ta chỉ tập họp tuổi trẻ để dạy đạo, không cần biết cái gì khác nữa. Nói thế chẳng khác nào lùa những nai con vào một chỗ để cho cọp dữ dễ dàng thao túng.

Tất nhiên, đất nước cần tuổi trẻ để xây dựng. Đạo pháp cũng cần tuổi trẻ để thể hiện bản hoài tiếp vật lợi sinh của mình. Theo bản hoài đó, giáo dục đạo Phật cho tuổi trẻ không chỉ có mục đích chiêu dụ họ vào trong bốn vách tường nhà chùa để cách ly những phòng trà, hộp đêm, những môi trường cám dỗ, sa đọa. Tuy nhiên, cơ bản giáo dục đạo Phật vẫn phải là rèn luyện đạo đức, phát triển trình độ nhận thức tâm linh.

Trước hết, hãy nói về rèn luyện đạo đức. Ở đây hoàn toàn không có vấn đề nhồi nhét những tín điều đức lý. Nghĩa là, không nói với tuổi trẻ không được làm điều này, không được làm điều kia. Tuổi trẻ có thể làm bất cứ điều gì mà họ tự thấy thích ứng với thời đại. Nhưng không để cho tuổi trẻ bị lôi cuốn bởi những yếu tố độc hại của thời đại, không bị lệch hướng nhận thức bởi các phong trào thời thượng, do đó cần thiết lập một không gian an toàn và di động. Không gian an toàn đó là Bồ-đề tâm. Tính di động, đó là vô trụ xứ của Bồ Tát. Chúng ta cần nói thêm hai điểm này.

Lớn lên tại các đô thị phồn vinh, rồi bước vào xã hội với học vị cao, mức sống ổn định, một bộ phận tuổi trẻ ít khi trực tiếp sống với những đau khổ của các bạn trẻ khác ở những vùng đất tối tăm xa lạ. Thiếu đồng cảm về những khổ đau của đồng loại, do đó cũng thiếu luôn cả nhận thức về thực chất của sự sống, không thể hiểu hết tất cả ý nghĩa thiết cốt của khát vọng sinh tồn. Cho nên, đưa đạo Phật đến với tuổi trẻ, phải có nghĩa là đưa tuổi trẻ đến giáp mặt với thực tế của sinh tồn. Đó là làm phát khởi Bồ-đề tâm nơi tuổi trẻ: *"Ở nơi nào hiểm nạn, tôi nguyện sẽ là cầu đò. Nơi nào tối tăm, tôi nguyện sẽ là ngọn đuốc sáng."* Đây có thể là ước nguyện xa vời, thậm chí sáo rỗng đối với một số người. Nhưng đó chính là mặt đất kim cang để trên đó tuổi trẻ tự vạch hướng đi cho mình, tự quy định những giá trị sống thực cho chính đời mình.

Về tính di động, đó là tính mở rộng, không tự câu thúc vào trong một không gian xã hội chật hẹp, để có thể có tầm nhìn xa hơn, vượt ngoài thành kiến và truyền thống khép kín của xã hội mình đang sống. Nói cụ thể hơn, tuổi trẻ được giáo dục để luôn luôn ở trong tư thế sẵn sàng lên đường, đến bất cứ nơi nào trên trái đất này, nơi mà đau khổ được sống thực hơn, hạnh phúc được trắc nghiệm chân thực hơn. Trong một ý nghĩa khác, tính di động như vậy đồng nghĩa với tính phiêu lưu. Từ khi sống tại những đô thị được xem là ổn định, nhân loại đã dập tắt đi tính phiêu lưu nơi tuổi trẻ, nhưng khơi dậy tính du lịch nơi người lớn đi tìm những lạc thú mới để thay đổi khẩu vị thường nhật.

Tinh thần vô trụ xứ tất nhiên có nhiều điểm khác biệt. Vô trụ xứ nói: không trụ sinh tử, không trụ Niết-bàn. Đó là tinh thần khai phóng, không bị buộc chặt vào bất cứ giá trị truyền thống nào. Tuổi trẻ cần được học hỏi để sống với tinh thần khai phóng và bao dung, để tự mình định giá chuẩn xác giá trị các nền văn minh nhân loại, tự mình chọn hướng đi thích hợp trong dòng phát triển hài hòa của tất cả các nền văn minh nhân loại, tuy khác biệt tín ngưỡng, khác biệt tập quán tư duy, khác biệt cả phong thái sinh hoạt thường nhật.

Về sự phát triển trình độ nhận thức tâm linh nơi tuổi trẻ, ở đây chúng ta nói đến sự học tập thông qua Kinh điển truyền thống. Tam tạng Thánh điển là kho tàng kiến thức bao la. Dựa trên những lời dạy căn bản của đức Phật về giá trị của sự sống, bản chất của đau khổ và hạnh phúc, trên đó nhiều quy luật về thiên nhiên, về xã hội, về tâm lý, ngôn ngữ, của con người lần lượt được phát hiện qua nhiều thời đại, trong nhiều khu vực địa lý có truyền thống lịch sử khác nhau. Tuy nhiên, chúng ta cũng biết rằng, trong toàn bộ lịch sử các nền văn minh nhân loại, đang tồn tại hay đã biến mất, không một học thuyết nào mà không từng bị nhận thức của người đời sau vượt qua. Có học thuyết bị vượt qua và bị đào thải luôn. Có học thuyết bị vượt qua, rồi được phục hoạt. Nhưng có rất ít học thuyết được phục hoạt mà bản chất không bị biến dạng. Biến dạng cho đến mức nếu so sánh với quá khứ, nó như là quái thai. Giáo lý của Phật khẳng định quy luật vô thường, nên vấn đề là khế lý và khế cơ, chứ không phải là vấn đề bị hay không bị vượt qua và đào thải.

Tuổi trẻ học Phật không có mục đích trở thành nhà nghiên cứu Phật học, mà học Phật là tự thực tập khả năng tư duy bén nhạy, linh hoạt, để có thể nhìn thẳng vào bản chất sự sống. Cho nên, sự học Phật pháp không hề cản trở sự học thế gian pháp; kiến thức Phật học không xung đột với kiến thức thế tục. Duy chỉ có điều khác biệt, là học Phật khởi đi từ thực trạng đau khổ của nhân sinh để nhận thức đâu là hạnh phúc chân thật. Bi và trí là đôi cánh chắc thật sẽ nâng đỡ tuổi trẻ bay liệng vào suốt không gian vô tận của đời sống.

Tuệ Sỹ

The Current Thinking About Buddhist Education Plans For Vietnamese Youth

Vietnamese Buddhism is witnessing a turmoil and crisis unprecedented in its history. Organizational models and everyday ceremonies, from funerals to weddings, are hastily trying to copy the Western models, which undermine Vietnamese spiritual traditions. Additionally, under the impact of a consumerist society, the pressure of political power gives rise to negative consequences. This morbid standpoint results from a secular and religious doctrine that lacks a basic foundation in Buddhism. That course, in turn, has a negative impact on Buddhist education plans for the Vietnamese youth.

Today, when talking about Vietnamese youth (in Vietnam and abroad), perhaps one can construct two figurative parallels that intersect at the point of the consumerist society. These two figurative parallels are the development of the youth in Vietnam and abroad. Even though youth, both in Vietnam and abroad, have been educated based on a Western educational model, they exist in different social institutions. In Vietnam, the education of our youth is based on political power rather than following a natural growth trend. This artificial difference is like living in a mud puddle, not knowing where to find a real place to gain enough footing to escape. Vietnamese youth are being uprooted, and face a great risk of losing their lives' direction; some have indeed already lost their lives' direction. The Buddhist youth in Vietnam are no exception, and it is not easy to overcome this loss of direction in life. Here, the emphasis on the loss of direction is from the standpoint of Vietnam as a nation. The Vietnamese youth abroad have either temporarily or permanently forgotten their Vietnamese origins, so their direction in life is determined primarily when entering college age. In other words, overseas Vietnamese youths do not have their life direction and culture entirely eradicated, but are in a state of acclimatization and assimilation (into their new environment). When tangerine seeds from the South are planted in the land of the North, they could be sweeter, they could be sourer, or the crop could be meager because of an inappropriate climate and soil.

Vietnamese youth in the home country are like the trunk of a tree that still has its indigenous roots. The drive to survive and to grow rapidly means the attraction for development from external forces; this could bring the risk of uprooting the entire tree. The majority of Vietnamese youths today know very little about their family's personal past, about their parents, or ancestors. They don't know how their parents fell in love with each other, or what their thinking is about the universal spiritual values of mankind.

One can believe that Buddhist youths in Vietnam are still trying to cling to traditional roots to grow. The lack of obligation and responsibility or a lack of awareness about the direction of modern society by those who are in leadership roles, in both spiritual and educational settings, are like a doctor who does not know any better therapy for an illness, and just gives sleeping pills so the patient will forget their aches.

Further, the lack of proper education and leadership is the ache and agony of the times. The youth currently need proper education and leadership in order to plan for a better direction and future in life. On the other hand, due to political pressures, youths need to be gathered into institutions which protect the regimes since teaching Buddhism to young people is controlled and not allowed to spread beyond the 'temple gates'. Inside the gates, youths are taught the meaning of impermanence and no-true-identity (selflessness), not as a philosophy of knowledge campaigning for survival, nor the development and destruction of natural processes as well as society, but as an overall pessimistic picture of life, one that is filled with hopelessness, aging, and exhaustion with the successes and failures that have thwarted the will.

In a society where traditional spiritual values are decaying, some of the youth in large urban areas are acting out based on the political power of their parents, or with the illicit money of their parents. Others study and work hard just to make ends meet—these are modern slaves, loyal to the wealthy boss. Others, doomed to poverty status and illiteracy, endure humiliating scarcity and backwardness. In that dire situation, the presence of the Vietnamese Buddhist Youth Association (GĐPT) gathers the youths, to guide and nurture them to find meaningful reasons for better living for themselves. It is really a challenge in society, because the politically powerful feel that they are like a threat that can't be manipulated to serve their dark ambition. Because of that dark ambition, sometimes those with political power are willing to sacrifice their country for their own desire for power. Thus, it is, of course, an illusion to say, "We gathered the youth to teach religious doctrine, and they do not need to know anything else." A metaphor that is just like deer being herded into a room for the tiger to easily target.

Of course, the country needs its youth in order to develop. Religion also needs youths to carry out its missions and doctrines that are beneficial to the youths themselves, other beings, and society, both in the present and in the future. According to this skeptical perspective, Buddhist education for youths is not only for the purpose of luring them into the four walls of the temple to insulate them from pubs, nightclubs, and other depraved, tempting environments. However, the foundation of Buddhist education is about moral training, and developing ethical values and spiritual knowledge.

First, let's talk about ethics training. Here, there is absolutely no brain-washing or stuffing the youths with dogmatic religious doctrines. That means, do not tell young people, "Do not to do this, do not to do that." Youths can do anything, if they find themselves adapting to the times. But also don't let the youths fall into the trap of harmful elements of the era, or deflect and abandon their guided principles, core values, and awareness when they interact with different movements of the current era. Thus, one must establish a safe space, mobile, and dynamics. That safe space is bodhichitta. The mobility and dynamics are the selflessness and non-abiding (no-abode or "non-stationary") of the Bodhisattva. We need to address more about these two points.

Growing up in prosperous cities, and then stepping into society with a proper higher education, and a stable life, some youths rarely have direct contact with the suffering of other young people in remote or unknown lands. The lack of empathy for the suffering of fellow human beings leads to the lack of knowledge of the essence of life; they cannot understand the core significance of aspirations for life. Thus, bringing Buddhism to youths means asking our youths to confront the reality of life, of existential survival, that is, to develop and arise their bodhichitta: "Wherever there is danger, I vow to be the means to reach the safe haven. Wherever there is darkness, I vow to be the guiding light." This may be a farfetched aspiration, even a cliché for some people. But it is the vajra ground, the diamond foundation, for the youth themselves to plan their own life direction, and self-regulate their real core values for their own lives.

Regarding mobility and dynamics, which means to be open-minded, and not being confined in a narrow social space, and being able to have more foresight, beyond prejudices and the closed traditional society in which we live. In particular, youths are taught to always be in ready to take off; set foot anywhere, any place on this earth, where suffering would be experienced more realistically, real happiness would be tasted. In a sense, such mobility and dynamics are synonymous with adventure. Since living in urban areas is considered stable, mankind has extinguished the adventurous minds of the youths; on the other hand, it has aroused tourist characteristics where adults seek new, tempting pleasures to add variety to their everyday tastes.

The spirit of selflessness and the "non-abiding" nature of the Bodhisattva has many different viewpoints. It means not to become attached either to the world or Nirvana. It is the liberal spirit, not tied to any traditional values. Youths need to learn to live with the spirit of openness and tolerance, to self-assess the value of human civilization, to choose an appropriate personal direction that demonstrates harmonious development with all of human civilization, despite differences of beliefs, practices, and viewpoints, and even different demeanors in everyday life activities.

Regarding the development of the youth's moral value and spiritual knowledge, here we emphasize learning of the canonical scriptures. The Tripiṭaka or the Three Baskets of Sacred Texts, hold an immense wealth of knowledge and wisdom. Based on the fundamental teachings of the Buddha on the value of life, the nature of suffering, and happiness, in which a lot of laws of nature, society, psychological factors, and linguistics have been disclosed through the ages in many geographical areas in different traditions. However, we also know that, in the entire history of human civilizations, for those that still exist and those that have disappeared, not a single theory has gone without being tested or without ever being surpassed by later findings. There are theories that existed in the past and were eliminated forever. There are theories that have been surpassed and then revived. But there are very few theories that are revived without being changed or transformed or deformed-- deformed to the point that, when compared with the past, it sounds monstrous. The teachings of the Buddha affirm the law of impermanence, so the problem when teaching Buddhism is whether the content and level are proper and appropriate or not, rather than the issue being whether or not the Teachings of Buddha are overtaken and eliminated.

Our young people study Buddhism not to become researchers of Buddhism or Buddhist scholars, but to study and practice critical thinking skills, to be dynamic, flexible, and have the ability to look into the nature and reality of life. Therefore, studying Buddhism does not hinder the learning of secular education; Buddhist knowledge does not conflict with mundane knowledge. The only difference is when studying Buddhism we begin with the actual situation of human suffering in order to realize true happiness. Compassion (love) and Wisdom (truth) will give young people the wings to support and nurture them throughout their search in the endless space of life.

*Translated by **Phe Bach***

Thiên Lý Độc Hành

1.

Ta về một cõi tâm không
Vẫn nghe quá khứ ngập trong nắng tàn
Còn yêu một thuở đi hoang
Thu trong đáy mắt sao ngàn nửa khuya

2.

Ta đi giẫm nắng bên đèo
Nghe đau hồn cỏ rũ theo bóng chiều
Nguyên sơ là dáng yêu kiều
Bỗng đâu đảo lộn tịch liêu bên bờ
Còn đây góc núi trơ vơ
Nghìn năm ta mãi đứng chờ đỉnh cao

3.

Bên đèo khuất miễu cô hồn
Lưng trời ảo ảnh chập chờn hoa đăng
Cây già bóng tối bò lan
Ta ôm cỏ dại mơ màng chiêm ba

4.

Đã mấy nghìn năm đợi mỏi mòn
Bóng người cô độc giẫm hoàng hôn
Bởi ta hồn đá phơi màu nắng
Ôm trọn bờ lau kín nỗi buồn

5.

Từ thuở hồng hoang ta ở đâu
Quanh ta cây lá đã thay màu
Chợt nghe xao xuyến từng hơi thở
Thấp thoáng hồn ai trong khóm lau

6.

Trên đỉnh đèo cao bát ngát trông
Rừng, mây, xanh, ngất tạnh, vô cùng,
Từ ta trải áo đường mưa bụi
Tưởng thấy tiền thân trên bến không

7.

Khi về ngả nón chào nhau
Bên đèo còn hẹn rừng lau đợi chờ
Trầm luân từ buổi ban sơ
Thân sau ta vẫn bơ vơ bụi đường

8.

Bóng tối sập mưa rừng tuôn thác đổ
Đường chênh vênh vách đá dọa nghiêng trời
Ta lầm lũi bóng ma tròn thế kỷ
Rủ nhau đi cùng tận cõi luân hồi
Khắp phố thị ngày xưa ta ruổi ngựa
Ngang qua đây ma quỷ khóc thành bầy

Lên hay xuống mắt mù theo nước lũ
Giẫm bàn chân lăn cát sỏi cùng trôi

Rồi ngã xuống nghe suối tràn ngập máu
Thân là thân cỏ lá gập ghềnh xuôi
Chờ mưa tạnh ta trải trăng làm chiếu
Nghìn năm sau hoa trắng trổ trên đồi

9.

Gởi lại tình yêu ngọn cỏ rừng
Ta về phố thị bởi tình chung
Trao đời hương nhụy phơi hồn đá
Thăm thẳm mù khơi sương mấy từng

10.

Một thời thân đá cuội
Nắng chảy dọc theo suối
Cọng lau già trầm ngâm
Hỏi người bao nhiêu tuổi

11.

Bước đi nghe cỏ động
Đi mãi thành tâm không
Hun hút rừng như mộng
Chập chùng mây khói trông

12.

Thân tiếp theo thân ngày tiếp ngày
Mù trong dư ảnh lá rừng bay
Dõi theo lối cũ bên triền đá
Sao vẫn còn in dấu lạc loài

13.

Khi về anh nhớ cài quai nón
Mưa lạnh đèo cao không cõi người

Lonely Journey
Of Thousand Miles

1.

On my way back to mind emptiness,
I still hear the past flooding the dying sun;
I am still in love with the times of the wild:
Hoarding in the depth of the eyes the thousands of midnight stars

2.

Stepping on the sun's rays on the hillside of the pass,
I hear the suffering soul of the grass withering along with twilight,
Which, so charming in its original form,
All of a sudden turns into infinite solitude,
Leaving behind only a corner of a lonely mountain;
For thousands of years I keep waiting for the summit.

3.

Hidden by the side of the pass is erected a shrine for wandering souls,
In the middle of the sky are perching illusionary images of flickering
lanterns.
While old trees are casting long widespread crawling shadows,

I embrace the wild grass, lost in reverie.

4.

Thousands of years of waiting weary me,
The shadow of a lonely man trampling the crepuscule,
Since I have exposed my soul of stone to the harsh sun,
While embracing the reeds to cover up all sadness.

5.

Where have I been since the beginning of time?
While around me leaves have changed their colors,
I suddenly hear the stirring of a living breath:
Gleaming somewhere in the reeds is somebody's soul.

6.

The immensely tall summit overlooks
Forests, clouds, extremely dark green and quiet.
Since the time I rolled out my clothes onto the dusty rainy roads,
I thought I could latch on to my previous existence at the berth of
Void.

7.

On my way back home, while tilting our hats for a good-bye,
We still promise to wait for each other in the reeds at the hillside of
the pass:
Immersed in existential miseries since the very beginning,
Our future incarnations must wander about amidst the misfortunes
of life.

8.

As darkness befalls and forest rains pour down torrentially,
On the precarious rocky cliff road threatening to tilt the sky,

Wretchedly I walk like a specter throughout the century,

Urging others to jointly complete the cycle of samsara,

Across cities where on horseback we carry on our journey,

Past this place where gather in groups devils and ghosts,

Up and down, following the flood due to blind eyes,

Stepping on rolling pebbles and sliding sand,

Slumping upon cascades filled up with blood:

Existential body is the body of leaves of grass bending to the bumpy road,

Waiting for the rain to let up so I can roll out the moon for a sleeping mat

And white flowers can blossom on the hill thousands of years later.

9.

Leaving love behind with the leaves of grass in the forests,

I return to the cities that call up loyalty,

Giving up ephemeral existence laid bare onto my soul of stone,

Deep in the dense fog piled up with a multitude of layers of dew.

10.

Once being a pebble

In the sun that flows onto a rivulet and

Alongside an old stalk of reed that remains quietly pensive,

I was inquired about my age.

11.

As my steps agitate the grass,

Empty mind I reach as I persist in proceeding:

Never-ending lie forests like dreams

In witness of accumulating smoky clouds.

12.

Existential bodies follow one another day after day,
Obfuscated in the superfluous images of the flying forest leaves,
Continuing the old trodden road near the rocky cliff
Paradoxically imprinted with marks of errant conduct.

13.

On your way back, bear in mind to tighten up the ribbon of your
conic hat,
The rain being freezing cold; the pass, elevated where no world of
humankind is found.

** Edited by Professor **Nguyễn Văn Thái***

Alone
On A Lengthy Journey

1.

I come back to the realm of the empty mind
Still listening
To the past
Flooding into the dying sun
Still loving
The time of Uncertainty
Hoarding in countless of shining midnight stars
Into the deep eyes

2.

Walking in the sunny day on the side of the Pass
Listening to our own soul
And the grass drooping
Under the sunset
Pristine – a lovely form

Suddenly, everything is upside-down on the lonely shore
Still
There is a corner with a solitary mountain
For thousands of years
Still
We are waiting for the peak
Of an absolute truth

3.
On the side of the pass
There
A hidden soul shrine
Is
In the sky
There
An illusion of lanterns
Flickering and flowers
Is
The shadows of the old trees spread
I grasp the mountain grass
Dreaming
Mesmerized by beauty

4.
Already
Thousands of years
Of waiting
In anguish
The shadow of a lone step
On earthly sunset

Because
We are the soul
Of rock
In sadness
The shores of sadness
Embracing
Completely
Sunlight

5.

From the beginning we are here
Around us
Tree leaves change colors
Suddenly hearing in every single
Breath
Anxiety
Looming
In our soul behind the reed

6.

On the peak of the high Pass
Looking out to the vast forest
Clouds
Clear water
And sky
Incredibly
From us
We pave the way
Knitting the fabrics
Of experience

And thought
Our former life
Exists
On the empty shore

7.
Coming back, we tilt our cone hat in greeting
Meeting on the pass
The reed forest waiting
Is
Misfortune
Time, from the beginning
Flowing in our future life
Is
We are still as helpless
As the lonely dust
Perhaps along the road.

8.
As darkness sets in
Pouring like waterfalls
Rain in the forest
The road
Protruding as the cliff
Threatens to tilt the sky
Who would be at fault
like a specter
of a century?
All together marching
Toward the Reincarnation

Realm
Across the town like olden days
Where we traveled by horse
Across the town
Is another herd
Of the Devil
Ups and downs
Their blinded eyes
Under floodwater
Stepping in
Our feet roll
As the sand drifts
Then
We tumble down
Listening to the stream
Pour down blood
The body itself is the body
Like the changing of leaf and grass
Bumpy
Waiting for the rain to stop
The moon used as a mattress
After thousands of years
White flowers are blossoming
On the hill

9.
Sending back my love
As the forest grass
I am coming to town

As the greater love
For all
Incenses
Giving life
Shining
Spirited
A rock
As deep as the sea
And mist
In the stratosphere

10.
A pebble
My life
Sunshine flowing along streams
Or
The pensive old reeds
Asking
How old are we?

11.
The grass glitters with dew
As we are walking
Deep in the dreamlike forest
Into the state of empty mind
Rolling clouds and particles become clear

12.
All are here
To continue
As day after day

Continues
Blinded
In the lingering image
The forest leaves
Following the old path
Along the mountain trench
Still
Why are we
Imprinted in the solitary stray?

13.
Remember
Whenever we go or come back
Don't forget to fasten the cone hat
It is the cold rain
In the high pass without anyone to look after!
Remember:
Emptiness
The human realm
Is

** Edited by **Erik Korling***

Khung Trời Cũ

Đôi mắt ướt tuổi vàng khung trời hội cũ
Áo màu xanh không xanh mãi trên đồi hoang
Phút vội vã bỗng thấy mình du thủ
Thắp đèn khuya ngồi kể chuyện trăng tàn

Từ núi lạnh đến biển im muôn thuở
Đỉnh đá này và hạt muối đó chưa tan
Cười với nắng một ngày sao chóng thế
Nay mùa đông mai mùa hạ buồn chăng

Đếm tóc bạc tuổi đời chưa đủ
Bụi đường dài gót mỏi đi quanh
Giờ ngó lại bốn vách tường ủ rũ
Suối rừng xa ngược nước xuôi ngàn.

Old Time Firmament

Wet eyes of the golden age amidst old time gatherings
The green dress not green forever on the deserted hills
In a flash, realizing oneself a drifter
Lighting up the evening lamp and telling stories of the waning moon
From the cold mountains to the eternally silent seas
This rock top and that grain of salt have not disintegrated
How quickly evaporating is a smile to a sunny day
Winter nowadays and next, summer; is it cause for sadness?
The gray hairs counted outdistance life experiences
The long dusty road wearies the going round and round steps
Now I look back at the four walls drooping
The forest torrent far away standing opposite the water streaming
down the mountains.

Một Thoáng
Chiêm Bao

Người mắt biếc ngây thơ ngày hội lớn
Khóe môi cười nắng quái cũng gầy hao
Như cò trắng giữa đồng xanh bất tận
Ta yêu người vì khoảnh khắc chiêm bao.
(Rừng Vạn Giã 1976)

Fleeting Glimpse
Of A Dream

Your deep innocent eyes on that day of gala
And your graceful smiling lips dim the dazzling rays of the sun
Incarnating the virginal heron in the midst of the endless verdant
prairie
In the fleeting glimpse of a dream, I'm in love with thee.
Vạn Giã Forest, 1976.

Tôi Vẫn Đợi

Tôi vẫn đợi những đêm xanh khắc khoải
Màu xanh xao trong tiếng khóc ven rừng
Trong bóng tối hận thù, tha thiết mãi
Một vì sao bên khóe miệng rưng rưng.

Tôi vẫn đợi những đêm đen lặng gió
Màu đen huyền ánh mắt tự ngàn xưa
Nhìn hun hút cho dài thêm lịch sử
Dài con sông tràn máu lệ quê cha.

Tôi vẫn đợi suốt đời quên sóng vỗ
Quên những người xuôi ngược Thái Bình Dương
Người ở lại giữa lòng tay bạo chúa
Cọng lau gầy trĩu nặng ánh tà dương.

Rồi trước mắt ngục tù thân bé bỏng
Ngón tay nào gõ nhịp xuống tường rêu
Rồi nhắm mắt ta đi vào cõi mộng
Như sương mai, như ánh chớp, mây chiều.
Sài gòn 78

I Am
Still Waiting

In the deep silent nights with agony, I am still waiting
The pale color, crying on the edge of the forest
In the darkness of hatred, forever earnest
A star shedding salty tears on the mouth's corner

In the dark night with calm wind, I am still waiting
The black mystical eyes—
the soul of eyes from the ancient past
Looking deeply for history to prolong its courses
Endless rivers of blood spilled on the fatherland

In this lifetime, forgetting the wave's crashes, I am still waiting
Forgetting those palindromic motions of the Pacific Ocean
Those who stay behind are in the hand of the tyrant
The thin reeds are heavier—the sunset ray

And immediately, the little body resides in the prison

Which fingers are tapping into the mossed wall
Then, closing the eyes---into the realm of dreams
As morning dew, as lightning, as afternoon cloud.
Saigon 78

Quán Trọ
Của Ngàn Sao

Mắt em quán trọ của ngàn sao
Ngọt ngất hoang sơ ánh rượu đào
Pha loãng nắng tà dâng cát bụi
Ấm lòng khách lữ bước lao đao.

Mắt huyền thăm thẳm mượt đêm nhung
Mưa hạt long lanh rọi nến hồng
Sương lạnh đưa người xanh khói biển
Bình minh quán trọ nắng rưng rưng.
Trại giam Phan Đăng Lưu,
Sài gòn 79

Place-Holder

Of Thousands Of Stars

Your deep innocent eyes are the place holder of thousands of stars
So sweet that dissolves in the wild peach wine
Diluting in the sun's ray, blending in the dust
It is heartwarming for travelers with tottering steps.

Those legendary eyes are deep in the silky dark night
The glittering raindrops shine like golden candles
Cold mist escorted frontier, sadden ocean mist
In the dawn of this realm of life, sun shed its tears.

Phan Dang Luu Prison,
Saigon 79

Tiếng Gà Gáy Trưa

Gà xao xác gọi hồn ta từ quá khứ
Về nơi đây cùng khốn với điêu linh
Hương trái đắng mùa thu buồn bụi cỏ
Ôi ngọt ngào đâu mái tóc em xinh
Từng tiếng lẻ loi buồn thống thiết
Nghe rộn ràng từ vết lở con tim
Từ nơi đó ta ghi lời vĩnh biệt
Nắng buồn ơi là đôi mắt ân tình
Còi xa vắng giữa trưa nào lạc lõng
Môi em hồng ta ước một vì sao
Trưa dài lắm nhưng lòng tay bé bỏng
Để vươn dài trên vừng trán em cao.
Saigòn 78

Afternoon Rooster Song

A ragged rooster called my soul from the ancient past
Come here and experience the misery with woe
With the essence of bitterness, the autumn still saddened grass
Oh, that bittersweet, that beauty in your hair
Each of these sounds is lonely, sad, or pathetic
Hear throbbing from a sore heart
From there, writing my own farewell
That saddened sun is the eyes of a favored condition
A distance whistle at noon is empty and lost
Your lips are so pink, that I wish for a star
What a long afternoon but with these little fingers
Stretching on your high forehead, my thee.
Saigon 78

Một Bóng Trăng Gầy

Nằm ôm một bóng trăng gầy
Vai nghiêng tủi nhục hờn lay mộng tàn
Rừng sâu mấy nhịp Trường sơn
Biển đông mấy độ triều dâng ráng hồng

Khóc tràn cuộc lữ long đong
Người đi còn một tấm lòng đơn sơ?
Máu người pha đỏ sắc cờ
Phương trời xẻ nửa giấc mơ dị thường

Quân hành đạp nát tà dương
Khúc ca du tử bẽ bàng trên môi
Tình chung không trả thù người
Khuất thân cho trọn một đời luân lưu.
N.Tr. 4 - 1975

Shadow
Of The Thin Moon

As laying here, embracing the shadow of the thin moon
a tilted shoulder with humiliation with anger
a dream is faded.
The deep jungle, the rhythms of Trường Sơn mountain breathe
How many times does the East Sea rise its tide in the afternoon
twilight?

Already crying for a long lost pilgrimage
Those who've left, have you left behind a loving heart?
Their bloods have permeated in the colored flags
On the other side of the world, axing in half of the abnormal dreams

The soldiers' march has just crushed the twilight
The song of Du Tử is just a humiliating death on the lips
For the general love of the homeland, there is no revenge
Just live simply in this uncertain life.

Bình Minh

Tiếng trẻ khóc ngân vang lời vĩnh cửu
Từ nguyên sơ sông máu thắm đồng xanh
Tôi là cỏ trôi theo dòng thiên cổ
Nghe lời ru nhớ mãi buổi bình minh.

Buổi vô thủy hồn tôi từ đáy mộ
Uống sương khuya tìm sinh lộ viễn trình
Khi nắng sớm hôn nồng lên nụ nhỏ
Tôi yêu ai, trời rực ánh bình minh.

Đôi cò trắng yêu nhau còn bỡ ngỡ
Sao mặt trời thù ghét tóc nàng xinh?
Tôi lên núi tìm nỗi buồn đâu đó
Sao tuổi thơ không khóc buổi bình minh?

Dawn
The sound of a crying baby resounds words of eternity
In primeval times rivers of blood bathe the green fields
I am the grass swept along the current of antiquity
Listening to the lullaby that reminds always the time of dawn.

At the unbeginning my soul arises from the depths of the grave
Imbibing the wee hours dew in search of a long-journeyed life path
When the aurora sun places its kiss onto the budding petals
No matter whomever I love, dawn breaks out blazingly.

A pair of virginal herons in love still crestfallen
Why must the sun displace hatred to the innocent beautiful haired?
Up the mountain, I go find the sadness here and there
Why don't the youth cry for the morning dawn?

Ta Biết

Ta biết mi bọ rùa
Gặm nhắm tàn dãy bí
Ta vì đời thiệt hơn
Khổ nhọc mòn tâm trí

Ta biết mi là dế
Cắn đứt chân cà non
Ta vì đời đổ lệ
Nên phong kín nỗi hờn

Ta biết mi là giun
Chui dưới tầng đất thẳm
Ta vì đời thiệt hơn
Đêm nằm mơ tóc trắng.
Rừng Vạn Giã 76

I Know

I know that you are the ladybugs,
chewing and destroying the pumpkin,
Because of life, I am more realistic,
even though my heart and mind are more exhausted.

I know that you are the crickets,
biting off the young tomatoes,
Because of life, I am shedding tears
and sealed the notion of hatred.

I know that you are the worms,
slipping under the deep wet soil,
Because of life, I am more realistic.
At night, dreaming of white hair.
Van Gia Forest 76

Cây Khô

Em xỏa tóc cho cây khô sầu mộng
Để cây khô mạch suối khóc thương nhau
Ta cúi xuống trên nụ cười chín mọng
Cũng mơ màng như phố thị nhớ rừng sâu.
Rừng Vạn Giã 77

Unomitted Poem
(Etheree form 10-1 syllables)

(...)
My shadow is displacing in a deep
long night in the city, Remember
the path that fills with sweet lips,
Oh that is red blood with hatred
and the notion of slave
My thin shadow is fading
With the small stream
Night after night.
Each night
Night.

Cho Ta Chép Nốt
Bài Thơ Ấy

Ôi nhớ làm sao, Em nhỏ ơi!
Từng đêm ngục tối mộng Em cười
Ta hôn tay áo thay làn tóc
Nghe đắng môi hồng lạnh tím người!
Đừng ghét mùa mưa, Em nhỏ ơi!
Nằm ru vách đá, chuyện lưu đày
Cho ta chút nắng bên song cửa
Để vẽ hình Em theo bóng mây.
Cho đến bao giờ, Em nhỏ ơi!
Tường rêu chi chít đọng phương trời
Là ta chép nốt bài thơ ấy
Để giết tình yêu cả mộng đời.

Letting Me Compose
The Lyrics For That Poem

Oh how much it missed dearly, the little lover/sentient being!
Each night in the dark dungeon, dreaming the little dear laugh
I kissed the shirt sleeve instead of that hair
Tasting that bitterness by pink lips, chilling the whole body!
Hate not to that rainy season, the little lover/sentient being!
Laying and singing to the cliff—the story of exile
Giving me a little bit of sunshine in the prison bar
To draw the little dear floating with the clouds.
Until when, the little lover/sentient being!
The moss walls deposit across the scattered sky
It is me who composed the lyrics for that poem
To kill the romantic love and dream in this life.

Tiểu Khúc Phật Đản

Sông Hằng một dải trôi mau;
Vận đời đôi ngã bạc đầu Vương gia.
Tuyết sơn phất ngọn trăng già,
Bóng Người thăm thẳm vượt qua chín tầng.

Cho hay Bồ Tát hậu thân,
Chày kình chưa chuyển tiếng vần đã xa.
Sườn non một bóng Đạo già
Trầm tư năm tháng bên bờ tử sinh.

Nhìn sao mà ngỏ sự tình:
Ai người Đại Giác cho mình quy y?
Năm chầy đá ngủ lòng khe;
Lưng trời cánh hạc đi về hoàng hôn.

Trăng gầy nửa mảnh soi thềm,
U ơ tiếng trẻ, êm đềm Vương cung.
Sao trời thưa nhặt mông lung;
Mấy ai thấu rõ cho cùng nghiệp duyên.

Khói mơ quấn quýt hương nguyền,
Hợp tan là lẽ ưu phiền đấy thôi.
Vườn hồng khóa nẻo phỉnh phờ,
Cùng trong cõi mộng chia bờ khổ đau.

Thời gian vỗ cánh ngang đầu;
Sinh, già, bịnh, chết, tránh đâu vận cùng.
Khổ đau là khối tình chung,
Ai nâng cõi thế qua bùn tử sinh?
Mùa Phật Đản 2549

A Little Song Of Vesak

The Ganges River flows running fast, as life is impermanent
Dancing between the destinies of life whitened the hair of the Royal
Highness
The snow-topped Himalayan Mountain waved to the moon with its
summit
As the image of the new-born Bodhisattva passed over the highest
heaven,
touching the abode of gods
The truth is that the last existence of the Bodhisattva had not yet
been announced,
But the whole world was shaking
The sound was heard afar
Even as the drum had not been struck
Reciting the Sutra has yet to transform, though its essence has echoed
through mountains and rivers
On the side of a mountain,
An old recluse was meditating upon the meaning of existence, on the
verge of life-and-death

Looking deep at the star, He, the old recluse

The Awakened One

Said let us take refuge

Time continued passing, as pebbles were sleeping in the bed of the brook,

and life was coming to its end,

A stork flew to the end of day through the twilight of the sunset.

The half slim moon still shone on the royal terrace

The lullaby to the holy-baby was resounding peace to the royal palace

As stars here are sparse and massive in the immense sky,

Who comes to see through the karma among relations?

The smoke of dreams is winding around the incense of prayer

Uniting and separating is but a sense of sorrow.

The rose garden was deceivingly closed to all,

as those in the same dreamy world differentiated the terrain of suffering

The time is passing, flapping its wings overhead

Birth, old age, sickness, death, is inevitably the end of life

Suffering is the common share of affection

Who is to lift the human realm over the muddle of life and death?

Vesak 2549

Mộng Trường Sinh

Đá mòn phơi nẻo tà dương
Nằm nghe nước lũ khóc chừng cuộc chơi
Ngàn năm vang một nỗi đời
Gió đưa cuộc lũ lên lời viễn phương
Đan sa rã mộng phi thường
Đào tiên trụi lá bên đường tử sinh
Đồng hoang mục tử chung tình
Đăm chiêu dư ảnh nóc đình hạc khô.

The Dream
Of Everlasting Life

Eroded stones bring forth their sunset rays-covered pathways
Listening supine to overflowing water crying over human comedies
Across millennia resounds the echo of the anxious being
The wind is sending human existence onto an aimless journey
As cinnabar melts away, the dream of everlasting life vanishes
The denuded divine peach trees lay bare on the roadside of birth and
death
On to the desert of existence still hangs the loyalty of the Taoists
Meditating on the remnant of an illusionary image on the pinnacle
of the Temple of a dead swan.

Tống Biệt Hành

Một bước đường thôi nhưng núi cao
Trời ơi mây trắng đọng phương nào
Đò ngang neo bến đầy sương sớm
Cạn hết ân tình, nước lạnh sao?

Một bước đường xa, xa biển khơi
Mấy trùng sương mỏng nhuộm tơ trời
Thuyền chưa ra bến bình minh đỏ
Nhưng mấy nghìn năm tống biệt rồi

Cho hết đêm hè trông bóng ma
Tàn thu khói mộng trắng Ngân hà
Trời không ngưng gió chờ sương đọng
Nhưng mấy nghìn sau ố nhạt nhòa

Cho hết mùa thu biệt lữ hành
Rừng thu mưa máu dạt lều tranh
Ta so phấn nhụy trên màu úa
Trên phím dương cầm, hay máu xanh.

A Farewell

Just one single step, yet the mountain is high
Oh, Haven! In which direction will the white clouds settle?
The ferry is moored at the shore swaddled in morning dew
If love should dry up, would water turn cold?
A long journey, immensely far, far away

Where myriad of layers of floaty mist adorn the silken sky
The boat hardly leaving the shore, red dawn already breaks out
Yet thousands of years of farewell had passed

Till the end of summer night, chasing illusion
Autumn fading away, illusionary dreams whiten the Milky Way
The wind refuses to cease, waiting for dew to congeal
Which thousands of years later turns sullied
By the end of Autumn, one no longer sees signs of the traveler

Autumn forest bloody rain devastates the thatch cottage
I play the pistil on faded color
Of the piano keyboard, or the blue color of blood.
Nha Trang 1977

*Thơ Song Ngữ
của Tâm Thường Định
viết về Thầy Tuệ Sỹ*

*Bilingual poems by Phe Bach
about The Most Venerable Tue Sy*

Vị Thầy Tiêu Biểu

Thiền sư mắt sâu
Cả đời mẫu mực
Thân tâm tỉnh thức
Nhập thế bất ly!

An Extraordinary Teacher

A Zen master with the deep-set eyes,
His whole life is a living example,
His body and mind are awakening,
Engaging the world without leaving his true home!

Đôi Mắt Thần Tiên

Đôi mắt ấy long lanh
Như sao đêm sâu thẳm
Bờ môi người thầm lặng
Nụ cười hiền trăm năm.

Cõi phù du Người đến
Hiện hữu giữa hư không
Bao triệu người thương mến
Tròn khuyết một tấm lòng.

Vẫn im lặng sấm sét
Vẫn hiên ngang nhẹ nhàng
Vẫn từ bi rõ nét
Bồ Tát Địa thênh thang.

Đôi mắt ấy long lanh
Niềm vui và hy vọng
Hạt sương gầy vừa đọng
Mặn ngọt cõi yêu thương!

Spiritual Eyes

Those glittering eyes
emulate dark night stars;
Those taciturn lips
betray an everlastingly gentle smile.

In this ephemeral world He arrives.
In the Void He exists,
Beloved by millions
in unanimity without fail.

Always thunderously silent,
Always magnificently ethereal,
and yet distinctly compassionate,
He incarnates Bodhisattva.

Those glittering eyes
bring joy and hope:
A frail dew perches
upon the sweetness of love.

Mùa Xuân
Nhớ Thầy Tuệ Sỹ

Thầy là một bậc chân tu, một cao tăng thạc đức.
Thầy dày công đóng góp sâu rộng cho Phật Giáo
và văn học Việt Nam cũng như trên thế giới
Qua những công trình khảo cứu, văn thơ, dịch thuật,
Giảng giải Kinh, Luật, Luận, tư tưởng triết học Đông Tây
Thầy là thạch trụ, tòng lâm của Phật giáo Việt Nam
Nhưng đối với Thầy thì Có hay Không
Cũng chỉ là:
"Đến đi vó ngựa mơ hồ
Dấu rêu còn đọng bên bờ mi xanh"
hay "Hương tan trên dấu lặng
Giai điệu tròn lung linh"
Thầy mãi là:
"Bạch hạc vỗ cánh vô thanh
Qua sông không nhiễm tinh anh phách người."

Remembering
Zen Master Tuệ Sỹ
In Springtime

A religious man, a highly moral and dignified person.
You have made extensive contributions to Buddhism
and Literature both in Vietnam and the world
through your research, writing, poetry and translations,
your teachings of Buddha Dharma, Buddhist Laws and principles,
and Eastern and Western philosophies.
You are the pillar of Buddhism of Vietnam.
But to you, Being or not Being
is "as impermanent as comes and goes a horse galloping by, as the
green moss imprint still lingering in the corner of the eyes;"
or as "the fragrance dispersing upon silence,
perfect harmony of transient existence."
Forever, you are
"The snowy crane soundlessly flapping its wings

Across rivers uncontaminated by either human nobility or dregs of humanity."

Thiên Nhãn

Kính dâng Thầy Tuệ Sỹ

Đôi mắt sâu hun hút của Người

Tinh anh rực sáng

Xa xôi và diệu vợi

Tàng chứa những bí ẩn

Cùng những tinh hoa vô giá

Những kham nhẫn vô biên

Ôi đôi mắt rất hiền

Mênh mông bốn tâm vô lượng

Ngài là con người cao thượng

Ở Ngài, con tìm thấy niềm tin yêu và hy vọng

Ôi con người thong dong

Lặng yên mà hùng tráng

Người biểu hiện của tươi sáng

Dáng Người như sự trầm luân của Sơn hà xã tắc

Mong manh mà bất diệt

Khắc khổ mà anh minh

Nước Việt sẽ hồi sinh
Vì những đấng nhân tài của đất nước
Có đạo đức và tình thương bao dung rộng lớn
Biết tha thứ bao dung
Như Ngài
Là hiện thân của hàng Bồ Tát
Còn Ngài, đời vẫn hát
Bài ca hy vọng ngập tràn.
Ngài - đôi mắt sâu hun hút
"Trên tất cả đỉnh cao
Chỉ là sự lặng im."

Holy Eyes

Dedicated to Zen Master Tuệ Sỹ

Your profoundly deep eyes
of a far-away and peaceful
illuminated avatar
imbibe myriad secrets
along with invaluable quintessential truths
from an infinitude of sahalokadhātu.
Oh! Those equanimous eyes
That incarnate immeasurable brahmaviharas.
You are a person of magnanimity:
In you I found faith, love and hope.
What a leisurely gait You have:
Quiet, yet majestic.
You embody brilliance;
Your mien, the vicissitudes of the Nation;
fragile, yet indestructible,
stoic, yet sapient.

Vietnam will resurrect,
owing to the country's talents;
whose morality and compassion are incommensurable,
whose tolerance and forgiveness
are likened to those of Yours.
You are the embodiment of Bodhisattva:
As long as You are alive, life is singing
a song that is brimmed with hope.
With your profoundly deep eyes You reveal
"Above all summits
sits but silence."

Quán Trọ Thong Dong

Thân tặng chị Tâm Minh
và anh Tâm Quang.

Thầy đi sương khói long đong
Về đâu cánh hạc thong dong cõi trần
Ý sắt đá chí kim cang
Vào ra tự tại Niết-bàn tánh không
Tâm từ ái bao cõi lòng
Mang tình thương lớn vun trồng quê hương
Rong chơi khắp mọi nẻo đường
Lợi danh vạt nắng hạt sương đầu cành
Thầy đi quán trọ thong dong
Chân như vũ trụ cõi không tâm Người.
Ngày Lễ Tạ Ơn, 2011,
Sacramento, CA.

Leisurely Stroll Across This Transient World

Dedicated to Tâm Minh
and Tâm Quang

Your steps send surges of fog through the air.
Where to, in this earthly world, will this leisurely crane fly?
Thoughts as resolute as iron, will as beautiful
as diamond sūtra;
You enter and exit the void of Nirvana at will,
Your compassionate heart embraces humanity,
Your great love nurtures the homeland;
You saunter down all paths of life—
Wealth and fame, nothing but a span of sunrays
or dew on a tree branch.
You stroll leisurely across this transient world
into the Universal Truth inside your Heart of emptiness.
Thanksgiving Day, 2011,
Sacramento, CA.

Mắt Biếc
Trong Thơ Tuệ Sỹ

Thầy Tuệ Sỹ là một vị danh Tăng, một thạch trụ già lam, vị tu sĩ uyên bác mà cả hàng triệu người trên thế giới biết đến. Hồn thơ và sắc thái của Tuệ Sỹ vốn thanh tao và giải thoát, vốn lai láng và cao siêu, đã và đang làm nhiều người say mê, học hỏi và thả hồn mình trong nguồn suối từ miên viễn này.

Khi đọc thơ Tuệ Sỹ, chúng ta có thể cảm nhận được sự hoàn mỹ và siêu việt của văn chương Việt Nam, ở đó là một bể học vô tận và sự đắc đạo của Người. Thơ Tuệ Sỹ tao nhã, giải thoát, và đầy chất liệu Bi-Trí-Dũng. Thơ ông có khi oai hùng, có khi ngậm ngùi, có khi lãng mạn, nhưng điểm chung là có cả niềm tin yêu, ước mơ và hy vọng. Cõi thơ Tuệ Sỹ thuộc loại độc nhất vô nhị, rất lạ thường, nhiều tư tưởng, thi ảnh (imagery), đầy thiền quán, và sâu thăm thẳm. Cõi bất nhị ấy, chúng ta chỉ có thể cảm nhận bằng tâm khảm, bằng tấm lòng trong sáng của mình; chúng tôi chưa có đủ khả năng bình luận, và ở đây xin mạn phép nhắc đến hai từ rất đẹp trong thơ Tuệ Sỹ mà thôi. Đó là hai từ "mắt biếc" trong bài Một

Thoáng Chiêm Bao:

Người mắt biếc ngây thơ ngày hội lớn
Khóe môi cười nắng quái cũng gầy hao
Như cò trắng giữa đồng xanh bất tận
Ta yêu người vì khoảnh khắc chiêm bao.
(Rừng Vạn Giã 1976)

Nhà văn Vĩnh Hảo đã nói về bài thơ này rất chi tiết và tuyệt vời. Tôi cố tìm cái nghĩa ẩn dụ của từ "Mắt Biếc" trong thơ Tuệ Sỹ thì tìm thấy nhà thơ Tâm Nhiên cũng đã hỏi: "...Thế thì, tuyệt cùng ẩn ngữ thi ca Tuệ Sỹ là gì? Làm sao chỉ ra được, khi ngôn ngữ cứ lấp lánh ẩn hiện trong ánh sáng phát ra từ tâm cảm thâm trầm? Có ai nắm giữ được những tiếng dương cầm âm thanh thánh thót, phiêu diêu, dịu dàng vang ngân bất tận từ giữa lòng bàn tay của người nghệ sĩ tài hoa?"

Hỏi và trả lời của thi nhân Tâm Nhiên như thế thì quá tuyệt về lối ẩn ngữ của Tuệ Sỹ, vì thế chúng ta chỉ có sự lãnh hội và cảm nhận của mỗi cá nhân mà thôi. Nhưng để sự cảm nhận đó được trọn vẹn, nhất là đối với giới trẻ đang sống ở xứ người như chúng tôi, bài thơ cần được dịch ra tiếng Anh; nên chúng tôi cố gắng dịch bài này. Thiết nghĩ, nếu nói đến Mắt Biếc là nói đến nét đẹp ngây thơ (innocent), xinh xắn và đầy niềm hy vọng. Có lần tôi định dịch từ "Mắt Biếc" là mắt xanh (blue eyes), chỉ cho phái nữ và để có sự tương phản trong màu sắc, con cò 'trắng', nhưng thực ra trong văn học Việt Nam, từ "Mắt Biếc" hàm ý trẻ đẹp và sâu thẳm. Một vị Thầy dạy ngôn ngữ học, Giáo sư Nguyễn Văn Thái cũng nói như thế. Ông chia sẻ và tâm sự trong thâm tình:

"... (Hãy) diễn tả từ "biếc" qua từ "deep" vì trong văn hóa và chủng tộc Á đông không bao giờ có "blue" eyes, và trong văn chương tiếng Việt từ "mắt biếc" hàm ý đẹp và sâu thẳm, chứ không phải là màu xanh. Từ "white" là trắng, nhưng anh nghĩ từ "trắng" ở đây mang một ý nghĩa thâm thúy hơn là sắc trắng. "Cò trắng" ở đây chuyên chở cái ý (connotation) được mang theo từ câu giới thiệu "mắt biếc ngây thơ", nghĩa là cái "trắng" trong hàm ý "untouched, unsullied". Quan trọng trong thơ là cách chọn từ (diction) có thể tạo "imagery" (thi ảnh) chứ không bộc bạch, làm mất cái đẹp và ý nghĩa của thơ: mình không nói "trắng" (trong tiếng Anh) mà hiểu là trắng, cái trắng tinh tuyền không bị vẩn đục (virginal = unsullied, untouched), cũng như khi nói "trắng" (trong tiếng Việt) mà không hiểu là trắng mà hiểu là "trinh nguyên" (virginal). Và sau cùng hai vế của câu thơ cuối không thể là nguyên nhân (cause) và hậu quả (effect) được, mà vế nói về "yêu" phải là nội tại trong thời gian (temporally internal) của vế nói về "giấc mơ", nên phải dùng từ "in" thay vì "because of" mặc dù con chữ tiếng Việt là "vì" (because). "Đó là những ý nghĩ của anh, nhưng thưởng thức thi ca là một tiếp nhận cá biệt và dịch thơ đòi hỏi phản ánh hàm ý (connotations) chứ không thể dùng bề mặt của con chữ (denotations) được. Sự tiếp nhận cá biệt là tích tụ của văn hóa và của kinh nghiệm cá nhân nên mỗi người hiểu một bài thơ rất khác nhau, ngoại trừ loại thơ chỉ dùng bề mặt của con chữ và trong trường hợp này thì không phải là thơ nữa. Do đó anh chỉ trình bày sự tiếp nhận của anh, và dĩ nhiên là những từ em muốn thay đổi không có gì là không đúng, nhưng theo ý anh thì em chỉ phản ánh denotations. Anh lấy một ví dụ: "người mắt biếc ngây thơ ngày hội lớn" đâu phải là những người có đôi mắt biếc mà là "Em có đôi mắt biếc..." nhưng nếu dùng từ "em" thì thô lỗ đối với một thi sĩ tao nhã (có lẽ là một bậc thiền sư), nhưng hàm ý vẫn là "em".

Chúng tôi đồng tình cùng Giáo sư Nguyễn Văn Thái, nhưng chỉ thêm vào đây - chữ Người hay chữ 'Em' trong thơ Tuệ Sỹ - có thể là biểu tượng của cái hay, cái đẹp, rất Chân-Thiện-Mỹ và có lẽ là biểu tượng cho cả một kiếp nhân sinh, một dân tộc, hay những gì tốt đẹp nhất dành cho tha nhân. Sự giải thích và chữ nghĩa của Giáo sư thật quý phái và trong sáng, nên cuối cùng chúng tôi đúc kết bài này qua phần tiếng Anh như sau:

Fleeting Glimpse of a Dream
Your deep innocent eyes on that day of gala
And your graceful smiling lips dim the dazzling rays of the sun
Incarnating the virginal heron in the midst of the endless verdant prairie
In the fleeting glimpse of a dream, I'm in love with thee.
Vạn Giã Forest, 1976.

Chỉ hai từ "mắt biếc" thôi, chúng ta thấy được cõi Chân-Thiện-Mỹ, niềm ước mơ, tương lai và hy vọng cho cả một dân tộc Việt Nam. Chỉ một bài thơ thôi mà chúng ta thấy được cả nỗi niềm, hoài niệm, quán tưởng của tác giả (cũng như nhiều người), chúng ta lãnh hội được sự thăng trầm của quê hương tổ quốc. Nhưng trên hết là chúng ta đã thấy được ở Thầy trí tuệ viên thông trong chốn thiền môn cô tịch.

Nói tóm lại, ngôn ngữ thi ca của Tuệ Sỹ trong sáng, tao nhã, sâu sắc chứa đựng nhiều ẩn dụ và biểu tượng. Sự suy diễn và lãnh hội hay cảm nhận của mỗi cá nhân tùy thuộc vào sự khế cơ, sự tu học, hành trì và kinh nghiệm sống của mỗi chúng ta. Thơ Tuệ Sỹ chỉ có ông mới Rõ-ràng-Thường-Biết, còn chúng ta thì xin hãy bước vào cõi thơ của Ông thật nhẹ nhàng, thanh thản với tấm lòng và trái tim rộng mở. Thì ở đó chúng ta mới thấy được Áng mây trắng thong dong trên bầu trời hay Bóng nhạn lướt qua dòng sông của Thầy.

Tâm Thường Định

Tham khảo

1. Hương Tích Phật Việt - Giấc Mơ Trường Sơn (2014).

2. Tâm Nhiên - Tuệ Sỹ - Trên Ngõ Về Im Lặng - tải xuống ngày 23 tháng 4, 2015.
http://www.vanchuongviet.org/index.php?comp=tacpham&action=detail&id=186 25

3. Vĩnh Hảo - Đọc Thơ Tuệ Sỹ - tải xuống ngày 22 tháng 4, 2015.
http://www.vinhhao.info/Doctho/t/tuesy.htm

Thong Dong

Kính tặng Thầy Tuệ Sỹ
và Thầy Hạnh Viên

Thị Ngạn Am ẩn hiện
Mây trắng bay ngang đồi
Tinh mơ sương còn đọng
Côn trùng thay tiếng kinh

Thầy mặc nhiên thiền định
Hương khói tỏa muôn phương
Trang nghiêm đây cõi tịnh
Vạt nắng trong giọt sương.

Free At Will

For the Most Venerable Thích Tuệ Sỹ
and Venerable Hạnh Viên

Thị Ngạn hermitage looms in the distance
White clouds leisurely float across the hill
At dawn, the gentle breeze whispers and dew forms
The singing of insects replaces the chanting

In the stillness, the master impeccably meditates
The perfume of incense spreads in all directions
Solemnly this is the Pure Land in this earthly realm
To see the sunshine in a drop of dew.

Cây Trầm Đại Cổ
Nguyên Sơ

Kính dâng Thầy Tuệ Sỹ

Thầy ngồi
Trầm mặc ánh dương
Nghe đâu hư ảo
Giọt sương hiện tiền
Mừng Thầy nắng ngã đầu hiên
Trầm hương cổ thụ
Vạn niên bạt ngàn.

The Gigantic
Ancient Pristine Eagle Wood
(Aquilaria crassna Pierre ex Lecomte)

For Zen Master Tue Sy

The Zen Master just sitting there
Whiling, he is thinking,
The sunshine and sunset just came and gone.
The dews just form and unform.
Greeting Thầy, the sun and moon have wandered in and out of the
terrace (window)
The classic ancient pristine Eagle Wood is just
Forever not the end of thought but a new beginning.

Vài Nét Về Người Biên Soạn

Bạch X. Phẻ (Khỏe) sinh năm Bính Thìn tại Vũng Nồm, Phước Lý, Quy Nhơn, Việt Nam. Định cư ở Hoa Kỳ từ năm 1991. Hiện đang dạy Hóa học tại Mira Loma High và dạy Lãnh đạo bằng Chánh Niệm và Mang Chánh niệm vào học đường cho giáo chức của tiểu bang California.

Anh đỗ văn bằng cử nhân, cao học và tiến sỹ. Anh đã lập gia đình, cùng vợ, Nguyễn Thị Thanh Trang, và hai con đang cư ngụ tại thủ phủ Sacramento, CA. Phẻ viết để duy trì, phát huy và nâng cao ngôn ngữ, văn hoá và di sản của người Việt, đồng thời quảng bá thông điệp từ bi, hiểu biết, yêu thương và chánh niệm. Anh sáng tác thơ, văn, tùy bút và làm nghiên cứu bằng tiếng Anh và tiếng Việt và được đăng tải trên các trang mạng và tạp chí khác nhau ở Việt Nam và ở Hoa Kỳ. Anh cũng thuyết trình mang Chánh niệm/Minh thức vào học đường và các nghiên cứu của mình ở các nơi trên Hoa Kỳ, Tây Ban Nha, Thái Lan và Ấn Độ. Phẻ còn sinh hoạt trong tổ chức GĐPT từ năm 1993 và làm thiện nguyện dạy

Thiền cho tù nhân qua tổ chức Buddhist Pathways Prison Project, Inc từ năm 2011.

Tác phẩm đã xuất bản bằng Anh ngữ và Việt ngữ. His book publications in English and Vietnamese included:

The Beauty of Multiculturalism - Vẻ Đẹp Đa Văn Hóa, Hương Tích Phật Việt / NXB Hồng Đức / United Buddhist Foundation, Saigon / Sacramento / Orange County (2017).

Tuệ Sỹ - Tinh Hoa Phật Giáo Việt Nam: Vị Thầy của Bốn Chúng - Liên Phật Hội / United Buddhist Foundation (Orange County, CA. (2017)

Tâm Bút Bạch Xuân Phẻ (Tâm Thường Định), NXB Liên Phật Hội (United Buddhist Publisher), Lotus Media, Inc. California, USA. (2017)

Thầy Tôi - My Master, Editor, Trung Dao Publisher, Sacramento, CA. (2016)

Tâm Trong - Co-editor, Trung Dao Publisher, Sacramento, CA. (2016)

An Essence Of Mindful Leadership: Learning Through Mindfulness And Compassion. LAP LAMBERT Academic Publishing, Germany. (2015)

Awaken: Buddhism, Nature and Life – A Vision of Poems for West and East. Hoa Đàm Publisher. Westminster, CA. (2014)

Tưởng Niệm và Tri Ân – Remembrance and Paying Tributes. Trung Dao Publisher, Sacramento, CA. (2014)

Best Teaching Practices: A Supporting Guide for New Teachers.

LAP LAMBERT Academic Publishing, Germany. (2013)

Hương Lòng - Perfume of the Heart. (2007)

Mẹ Cảm Xúc và Em. (2004)

About the Author

Phe X. Bach is a Buddhist practitioner and an educator in the greater Sacramento area. He is a husband and a father of two sons, residing in Sacramento, CA. He is an Instructional Leadership Corps professional development workshop trainer. He is teaching Mindfulness in the classroom for educators throughout California. Phe Bach acquired his Doctor of Education in Educational Leadership with the concentration in HRD at Drexel University. Dr. Bach is a Buddhist Practitioner and a Vietnamese Buddhist Youth (GDPT) leader. Currently, he teaches Chemistry at Mira Loma High; he also has been teaching Mindful Leadership and Mindfulness in the Classroom to educators in California since 2014.

He was born in Nhon Ly, Quy Nhon, Binh Dinh, Vietnam in 1976. In his early years, he finished 6th grade in Vietnam and started as a sophomore at Lincoln High School, Lincoln, NE. He got his Bachelor of Science, Biology; with minors: Chemistry/Psychology at the University of Nebraska, Lincoln, NE and got accepted into the PhD program in Bio-Organic Chemistry at UC Davis. After 4 years of studying graduate school, teaching and researching, he earned his Prof. Clear Single Subject Teaching Credential in Science with CLAD, University of California, Davis and teaches Chemistry at Mira Loma High since then. He also got his Preliminary Administrative Credential, CSU, Sacramento and a Master's Degree degree in Educational Leadership and Policy Studies, CSU, Sacramento. He earned his Doctoral degree in Education in Educational Leadership and Management at Drexel University, concentrated in Human Resources Development. Phe writes as a way to preserve, promote and empower the Vietnamese language, culture and heritage while promoting the message of compassion, understanding, love, and mindfulness. He composes poems, writes articles and conduct research in English and Vietnamese on different websites and magazines both in Vietnam and in the USA. He is also presenting his research and sharing mindfulness throughout the United States of America, Thailand, and India. He also volunteers with the Buddhist Pathways Prison Project since 2011.

PHỤ BẢN

Sách Mới Của Tâm Thường Định: 'Tuệ Sỹ - Vị Thầy Của Bốn Chúng'

Nguyên Giác

Người viết hân hạnh được tác giả Tâm Thường Định (Bạch Xuân Phẻ) mời giới thiệu tác phẩm "Tuệ Sỹ - Vị Thầy Của Bốn Chúng" mới ấn hành, đúng ra là tái bản với nhiều hiệu đính và bổ sung. Không tham dự được Hội Sách "Có Mặt Cho Nhau 2" tại San Jose ngày 19/10/2019, do vậy bài này được viết ra để trân trọng cảm ơn và để hỗ trợ các sinh hoạt hoằng pháp rất mực quý giá như thế.

Tác phẩm viết bằng song ngữ Anh-Việt, ấn hành lần đầu là năm 2017, lần tái bản này năm 2019 với nhiều bổ sung. Bìa là tranh vẽ

Thầy Tuệ Sỹ của họa sĩ Đỗ Trung Quân. Đang phát hành trên mạng Amazon ở địa chỉ: https://www.amzn.com/1087801222/.

Duyên khởi để hình thành tác phẩm là, theo Tâm Thường Định viết nơi Lời Nói Đầu: *"Nhân dịp sinh nhật của Thầy, chúng tôi mạo muội làm việc nho nhỏ này như một món quà từ phương xa để kính dâng một vị Thầy lớn của Phật giáo Việt Nam, người đang âm thầm hành đạo trong kiên trì và nhẫn nại với tấm lòng từ bi rộng lớn. Trí tuệ của Người là ngọn hải đăng của nhiều thế hệ, trong đó có chúng con."*

Được biết, Thầy Tuệ Sỹ sinh ngày 15 tháng 2 năm 1943.

Có thể hiểu dễ dàng duyên khởi về sách này, nếu chúng ta biết rõ về tác giả Tâm Thường Định, một huynh trưởng Gia Đình Phật Tử tại California. Tác giả đã trải qua nhiều năm đọc các bài viết của Thầy Tuệ Sỹ, do vậy từng trang sách đều hiển lộ tấm lòng rất mực tôn kính với Thầy. Bản thân Tiến Sĩ Tâm Thường Định cũng là một giáo viên dạy Hóa học tại một trường trung học ở Sacramento, đồng thời đang dạy về Thiền Chánh Niệm (Mindfulness Meditation) tại nhiều học khu California. Đồng thời, tác giả Tâm Thường Định cũng hoạt động trong nhóm một số Phật tử thiện nguyện vào hướng dẫn Thiền tập và giáo pháp trong nhà tù Folsom State Prison (B-yard) – nơi giam 3.300 tù nhân hình sự.

Người viết không dám bình luận gì về tiếng Anh của tác phẩm "Tuệ Sỹ - Vị Thầy Của Bốn Chúng" vì trình độ tiếng Anh của người viết phần lớn là tự học, không thể bằng tác giả Tâm Thường Định. Một số bản dịch và bài viết của Tâm Thường Định trong bản tiếng Anh lại có hỗ trợ từ Giáo sư Ngôn ngữ học Nguyễn Văn Thái, do vậy người viết không dám bàn về phần tiếng Anh (ngay cả, khi có thắc mắc).

Lý do phải viết song ngữ chỉ vì giới trẻ, ngay cả trong các đơn vị Gia Đình Phật Tử VN, cũng không đọc được tiếng Việt. Và như thế, các em này hoàn toàn bị đứt lìa với PGVN, không thấy được công trình của các nhân vật đã đóng góp lớn cho PGVN, trong đó có Thầy Tuệ Sỹ.

Nơi đầu sách có Lời Giới Thiệu bằng tiếng Anh của Tiến Sĩ W. Edward Bureau, và phần này do cư sĩ Doãn T. Kim Khánh dịch ra tiếng Việt. Lời này chủ yếu là nhận định của GS Bureau về công việc đi dạy Thiền Chánh Niệm của Tâm Thường Định (Phe Bach) tại các học khu California.

Tiến sĩ Bureau viết, nơi đây trích bản Việt dịch như sau:

"Phương cách lãnh đạo có chánh niệm hiện hữu ngay trong thiên nhiên, vừa đúng lúc vừa vượt thoát được khái niệm thời gian. Đó là cốt lõi của phương pháp lãnh đạo luôn có mặt ở hiện tại và chia sẻ hiện tại với người khác. Khái niệm này chính là tâm huyết mà Phẻ trao truyền cho những nhà giáo dục khắp California trong những buổi huấn luyện việc đưa chánh niệm vào lớp học. Làm được như vậy rõ ràng là đem lại cho cả nhà giáo dục lẫn người học sức khoẻ về cả tinh thần lẫn thể chất, đồng thời phương pháp dạy và học trong chánh niệm cũng tạo bối cảnh cho tâm từ bi và an lành."

Tiếp theo, là Lời Giới Thiệu của Thầy Thích Nguyên Siêu (từ San Diego, California), chủ yếu nói về nội dung sách.

Trong này, Thầy Thích Nguyên Siêu viết về sách của Tâm Thường Định, trích:

"Tác phẩm này gồm có hai bài của Ôn Tuệ Sỹ. Bài thứ nhất có tựa

đề "Tâm Thư Gởi Tăng Sinh Huế", nhưng người đọc sẽ thấy rõ ý của Ôn muốn nhắn gởi đến cả thế hệ Tăng Ni trẻ đang sống trong một hoàn cảnh đất nước: "Bị cắt đứt với mạch nguồn quá khứ, bị che chắn khuất tầm nhìn tương lai." Từ đó, Ôn tha thiết nhắn nhủ: "Cầu mong các con có đủ dũng mãnh để đi bằng đôi chân của mình, nhìn bằng đôi mắt của mình, tự xác định hướng đi cho chính mình...

Bài thứ hai có tựa để "Suy Nghĩ Về Hướng Giáo Dục Đạo Phật Cho Tuổi Trẻ." Bằng cái nhìn và nhận định về một thế hệ, Ôn đã đánh thức những tâm hồn của tuổi trẻ Việt Nam: "Tuổi trẻ Việt Nam đang bị bật rễ, do đó có nguy cơ mất hướng, hay thực sự đã mất hướng. Tuổi trẻ của Đạo Phật Việt Nam cũng không ngoại lệ, và không dễ dàng vượt qua tình trạng mất hướng này. Ở đây, tôi nói mất hướng là nhìn từ điểm đứng dân tộc....

Bước qua phần hai là thơ của Ôn Tuệ Sỹ... Qua phần thứ ba là thơ của anh Tâm Thường Định...: Và phần thứ tư cũng là cuối cùng của tác phẩm, đó là bài viết: "Mắt Biếc Trong Thơ Tuệ Sỹ" của Tâm Thường Định, muốn tìm cái nghĩa ẩn dụ của từ "Mắt Biếc" trong bài thơ "Một Thoáng Chiêm Bao"..."

Tuyển tập song ngữ "Tuệ Sỹ - Vị Thầy Của Bốn Chúng" của Tâm Thường Định như thế rất đa dạng. Trong đó, hai bài viết của Thầy Tuệ Sỹ viết cho giới trẻ Việt Nam đều có tầm quan trọng đặc biệt, không chỉ mời gọi định hướng cho thế hệ trẻ xuất gia và tại gia về thái độ tu học trong cương vị mỗi người tự nhìn bằng đôi mắt của mình, mà cũng mời gọi nhìn từ điểm đứng dân tộc để có những hành hoạt tương lai.

Dịch sang tiếng Anh, đặc biệt khi dịch thơ Thầy Tuệ Sỹ, là một nghệ thuật rất mực gian nan. Thí dụ, Thầy Tuệ Sỹ trong bài thơ

"Một Thoáng Chiêm Bao" khởi đầu với câu: Người mắt biếc ngây thơ ngày hội lớn... Tác giả Tâm Thường Định và GS Nguyễn Văn Thái nhận định rằng chữ "mắt biếc" rất khó dịch, vì không thuần chỉ màu sắc, mà còn mang ẩn nghĩa "trinh nguyên và ngây thơ." Thơ của Thầy Tuệ Sỹ hay là một chuyện, nhưng hàm nhiều nghĩa mới là gian nan cho người dịch. Bản Anh dịch đưa ra trong sách này sẽ giúp giới trẻ tại Hoa Kỳ tiếp cận với một nhà thơ lớn của dân tộc Việt Nam đương thời, cũng là một nhà sư đi giữa những gian nan lịch sử với tâm hồn trong trắng như câu thơ Thầy viết, "Như cò trắng giữa đồng xanh bất tận."

Như thế, tuyển tập song ngữ về Thầy Tuệ Sỹ do Tâm Thường Định chuyển ngữ là một công trình lớn, đã thực hiện cẩn trọng qua nhiều năm, và bây giờ tuyển lại để ấn hành. Tác phẩm này cần có trong tủ sách những người quan tâm về Phật Giáo VN nói chung, và về Thầy Tuệ Sỹ nói riêng.

Người viết khâm phục tác giả Tâm Thường Định là chuyện tất nhiên, đương nhiên và hiển nhiên. Chỉ thêm nơi đây, xin đề nghị bạn Tâm Thường Định trong lần tái bản tương lai, nên chiếu rọi thêm một phương diện lớn khác của Thầy Tuệ Sỹ: một vị Bồ Tát xuất gia, và là người tích cực quảng bá Bồ Tát Đạo. Đề tài này sẽ đặc biệt thích nghi với giới trẻ Việt Nam, dù tại Hoa Kỳ hay tại Việt Nam.

Người viết nhận thấy rằng Thầy Tuệ Sỹ là một người ưa sống trầm lặng, xa rời các náo nhiệt thế gian, nhưng lòng luôn luôn thương xót chúng sinh.

Thí dụ, có lúc nghe tin Thầy Tuệ Sỹ ra ẩn tu ở Khánh Hòa, có lúc nghe tin Thầy về ẩn nơi Bảo Lộc; và ngay khi ở Sài Gòn, Thầy cũng giữ hạnh ẩn tu. Vào năm 2005, khi Thầy Nhất Hạnh tới Chùa Già

Lam (Sài Gòn) thăm, mới biết rằng Thầy Tuệ Sỹ đang nhập thất, đã gõ cửa nhưng cũng không thấy ra gặp được. Nghĩa là, Thầy Tuệ Sỹ giữ hạnh ẩn tu, ngay nơi náo nhiệt như Sài Gòn mà vẫn tịch lặng cõi riêng. Dù vậy, khi theo dõi các sách và các bài viết của Thầy Tuệ Sỹ, mới biết rằng Thầy hoằng pháp, quảng bá chánh pháp theo cách riêng.

Thầy Tuệ Sỹ như thế đã sống theo lời dạy của Đức Phật. Cụ thể là lời dạy trong Kinh Trung A Hàm MA-77. Nghĩa là ẩn tu, nhưng luôn luôn thương xót chúng sinh đời sau. Đọc kỹ kinh này, cho thấy Đức Phật cũng khuyên chúng sanh **"học theo Như Lai"** – phải chăng đó là **"học theo Bồ Tát Đạo"**? Nếu nghĩ như thế, là từ trong Kinh A Hàm, Đức Phật đã khuyên chúng sinh nên theo hạnh Bồ Tát, tức là theo hạnh Đại Thừa. Thầy Tuệ Sỹ là một nhà sư như thế.

Kinh MA-77 qua bản dịch của Thầy Tuệ Sỹ, trích như sau:

*"Này A-na-luật-đà, Như Lai chỉ vì hai mục đích sau đây nên mới sống nơi rừng vắng, trong núi sâu, dưới gốc cây, thích ở non cao, vắng bặt tiếng tăm, xa lánh, không sự dữ, không có bóng người, tùy thuận tĩnh tọa. **Một là, sống an lạc ngay trong đời hiện tại. Hai là, vì thương xót chúng sanh đời sau. Đời sau hoặc có chúng sanh học theo Như Lai,** sống nơi rừng vắng, trong núi sâu, dưới gốc cây, thích ở non cao, vắng bặt tiếng người, tùy thuận tĩnh tọa. Này A-na-luật-đà, vì những mục đích ấy mà Như Lai sống nơi rừng vắng, trong núi sâu, dưới gốc cây, thích ở non cao, vắng bặt tiếng tăm, xa lánh, không sự dữ, không có bóng người, tùy thuận tĩnh tọa"*.[1]

Nghĩa là, Đức Phật nói rõ, một vị sư đi tu không phải để riêng tự

---

[1] Kinh MA-77: https://suttacentral.net/ma77/vi/tue_sy

giải thoát, mà cần nghĩ tới (và thương xót) chúng sanh đời sau, và nếu có ai đời sau học theo Như Lai thì... tự quân bình, vừa ẩn tu, vừa thương xót chúng sanh. Chỗ này có thể nghĩ là, không lẽ Đức Phật tu qua 3 a tăng kỳ kiếp, giúp vô lượng chúng sanh, bây giờ thành Phật, rồi vào Niết Bàn để biến mất luôn? Trong khi hạnh Bồ Tát là không bao giờ rời bỏ chúng sanh. Tuy nhiên, nếu nói rằng có một vị nào mang nguyện Bồ Tát để đời đời tái sanh nhằm cứu chúng sanh là dễ rơi vào chấp Có, nhưng nếu nói biến hẳn luôn là dễ rơi vào chấp Không – đây là nơi, nếu không có Trí Tuệ Bát Nhã là sẽ hỏng cả hai đầu biên kiến.

Có một tác phẩm của Thầy Tuệ Sỹ ít được nghe tới (nhiều phần, có lẽ, vì hoàn cảnh ẩn tu của Thầy) là cuốn "Du Già Bồ Tát Giới" (Hương Tích Phật Việt ấn tống, 2017) – trong sách này, nơi Chương 1, nói về các "Bồ Tát Tại Gia thời Đức Phật"... ghi nhận về một số vị cư sĩ Bồ Tát Tại Gia.

Trong Tạng Thanh Văn (Nikaya và A Hàm), hình ảnh Cư sĩ Úc Già (Ugga) hiện ra khác với hình ảnh Cư sĩ Úc Già trong Tạng Bồ Tát.

Chỉ ngay trong một câu nói của Úc-già Trưởng giả (theo Kinh Đại Bảo tích, quyển 82, hội 19 "Úc-già trưởng gia") nêu lên để thỉnh vấn Đức Phật cũng cho thấy suy nghĩ cách biệt một trời một vực giữa một ngài Úc Già trong Tạng Thanh Văn và ngài Úc Già trong Tạng Bồ Tát.

Thầy Tuệ Sỹ viết nơi Chương 1, sách Du Già Bồ Tát Giới, trích:

"Bản kinh Úc-già Trưởng giả của Đại thừa, để xác nhận chí nguyện của ông Trưởng giả, đã gắn cho ông những lời thỉnh vấn Phật:

*"Những thiện nam tử, thiện nữ nhân, **vì ích lợi của hết thảy chúng sinh, muốn đưa tất cả vào Niết-bàn an lạc cứu cánh, muốn duy trì Tam bảo tồn tại thế gian không gián đoạn... những vị ấy cần phải làm gì? Giới đức hành xử của Bồ-tát tại gia là thế nào? Làm thế nào mà tuy vẫn sống đời tại gia những vẫn tùy thuận tu hành những điều Như Lai giáo huấn mà không tổn hoại các bồ-đề phần?"...* [2]

Đó là hạnh nguyện Bồ Tát: đưa tất cả chúng sinh vào Niết Bàn, duy trì Tam bảo tồn tại thế gian không gián đoạn... Tư tưởng này hình như không có, hoặc không thấy rõ, trong Tạng Thanh Văn.

Cũng trong Chương 1 đó, Thầy Tuệ Sỹ phân tích về trường hợp Cư sĩ Thiện Sinh và hai bản kinh Thiện Sinh dị biệt trong hai tạng kinh. Tương tự, với một số Cư sĩ khác.

Xin nhắc lại rằng, dịch ra Anh văn các bài viết của Thầy Tuệ Sỹ là một công việc cực kỳ gian nan, không dễ tí nào. Nhất là khi muốn dịch các lý luận phức tạp của Thầy Tuệ Sỹ (như trong sách Du Già Bồ Tát Giới nêu trên) thì lại trăm phần khó hơn nhiều. Nơi đây, người viết (trong cương vị tự xem như học trò của Thầy Tuệ Sỹ) muốn nhắc dịch giả Tâm Thường Định (một học giả uyên bác mà người viết có cơ duyên là bạn thân) rằng, nếu bạn tái bản cuốn sách tuyệt vời này trong tương lai, xin dịch thêm (hoặc dịch tóm lược) các phân tích của Thầy Tuệ Sỹ về Bồ Tát Hạnh. Đó cũng là những phân tích rất mực trí tuệ, chỉ thấy được từ một người đọc kinh với tâm rất mực từ bi, như Thầy Tuệ Sỹ.

Trân trọng cảm ơn tác giả Tâm Thường Định: tuyển tập song

---

[2] Chương 1, Du Già Bồ Tát Giới: https://gdptvietnam.org/tue-sy-bo-tat-tai-gia-thoi-duc-phat.gdpt

ngũ "Tuệ Sỹ - Tinh Hoa Phật Giáo Việt Nam, Vị Thầy Của Bốn Chúng" là một công trình lớn, về một vị Thầy lớn. Rất mực hy hữu. Xin chúc mừng.